എം. കെ. ഗംഗാധരൻ

പന്തളം കുടശ്ശനാടു മുട്ടേറ്റുവീട്ടിൽ കൃഷ്ണക്കുറുപ്പിന്റെയും ദേവകി അമ്മയുടെയും മകൻ. പന്തളം, ബോംബെ, അഹമ്മദാബാദ്, ഉജ്ജയിനി എന്നിവിടങ്ങളിൽ വിദ്യാഭ്യാസം. പശ്ചിമറെയിൽവേയിൽ ഉദ്യോഗസ്ഥനായിരുന്നു കുറച്ചുകാലം. തുടർന്ന് കേരളത്തിലെ N.S.S. കോളേജുകളിൽ ഇംഗ്ലീഷ് ലക്ചററും പ്രൊഫസറും.

കൃതികൾ : നോവൽ - ഖുക്രി, കൂടുവിട്ടവർ കൂട്ടംതെറ്റിയവർ (ചെറുകാട് അവാർഡ് - 1985), റെയിൽപാളങ്ങൾ, എൻ പ്രിയനെ ഗാന്ധി (കസ്തൂർബാ അവാർഡ് - 2008), ജിന്ന, സത്യാഗ്രഹകാലത്തെ പ്രണയം.
കഥാസമാഹാരം : ജ്വാലാമുഖി, ഉയരങ്ങളിൽ, വേനൽ,
നാടകം : കരിനിഴൽ
തർജമ : ഹാംലെറ്റ് (നോവലീകരിച്ചത്), ഫിലിപ്പ് റോത്തിന്റെ 'അവജ്ഞ', അതിഷ് തസീറിന്റെ 'ചരിത്രത്തിന് അപരിചിതൻ', രവീന്ദ്രനാഥടാഗോറിന്റെ 'ചോഖർബാലി', 'ചതുരംഗ', കാബൂളിവാലയും മറ്റുകഥകളും, മാക്ബത്ത്.
ഭാര്യ: കണ്ണൂർ ഇരിട്ടി കീഴുരിടത്തിൽ രോഹിണി, മക്കൾ : ആശ, അരുൺ.

Malayalam Language
Odhello
Original English Title
Odhello
by
William Shakespeare
Translated by
M. K. Gangadharan

♦

Published in March 2019
by Kairali Books Private Limited
Thalikkavu Road, Kannur.
Ph : 0497-2761200
E-Mail : Kairalibooksknr@gmail.com

♦

Cover Design :
Prasanth Mangad

♦

Price ₹ : 140.00
79/18-19/Sl.No.1069/500/NS 18.6
ISBN 978-93-88087-79-7

വില്യം ഷേക്സ്പിയർ
ഒഥെല്ലോ

പരിഭാഷ

പ്രൊഫ. എം. കെ. ഗംഗാധരൻ

കൈരളി ബുക്സ്

പ്രസ്താവന

ഞാൻ മുമ്പു മൊഴിമാറ്റം നടത്തിയ ഷേക്സ്പിയർ കൃതികളായ ഹാംലെറ്റും മക്ബത്തും പല പതിപ്പുകളായിക്കഴിഞ്ഞു. ഒഥെല്ലോ മൂന്നാമത്തേതാണ്. കഥ പറയുക മാത്രമല്ല ഓരോ സംഭവത്തിന്റെയും ഓരോ കഥാപാത്രത്തിന്റെയും സൃഷ്ടിയിൽ ഷേക്സ്പിയർ കാണിച്ച വൈഭവം വായനക്കാരനെ അറിയിക്കാനും അനുഭവിപ്പിക്കാനും ഉദ്യമിക്കുക കൂടി ചെയ്തിട്ടുണ്ട്. സുപ്രധാനരംഗങ്ങൾ അതുപോലെ തന്നെ ചേർത്തിരിക്കുന്നു. ഡെസ്ഡമോണയെ കൊല്ലുന്നതിനുമുമ്പുള്ള ഒഥെല്ലോയുടെ ആത്മഗതം കവിതയിലാക്കിയത്. അതു കവിതാമയ (POETICAL) മായതുകൊണ്ടാണ്.

കറുത്ത മൂറിനെ പ്രേമിച്ച വെളുത്ത പെണ്ണ് അന്നത്തെ ഇംഗ്ലണ്ടിലെ പ്രേക്ഷകരെ അമ്പരപ്പിച്ചിരിക്കാം. നിറവ്യത്യാസമോ വർഗ്ഗവ്യത്യാസമോ ദേശ, രാജ്യ, വ്യത്യാസമോ പ്രേമത്തിനു തടസ്സമല്ലെന്ന് അന്നു ലോകത്തോടു പ്രഖ്യാപിച്ച ദീർഘവീക്ഷണമുള്ള പ്രതിഭാശാലിയെ നമുക്കുവണങ്ങാം!

പ്രൊഫ. എം.കെ. ഗംഗാധരൻ

വില്യം ഷേക്സ്പിയർ

ഷേക്സ്പിയർ ജീവിച്ചിരുന്ന പതിനാറ്-പതിനേഴു നൂറ്റാണ്ടുകളിൽ ആരുംതന്നെ ആത്മകഥയോ ജീവചരിത്രമോ എഴുതിയിരുന്നില്ല. അതിനാൽ ആ മഹാപ്രതിഭാശാലിയുടെ ജീവിതത്തെ സംബന്ധിച്ച പലതും അറിയപ്പെടാതെ കിടക്കുന്നു. കഥാപാത്രങ്ങളിലൂടെ അവരുടെ സ്രഷ്ടാവിനെ കണ്ടെത്താൻ ചിലർ ശ്രമിച്ചെങ്കിലും വിജയിക്കാനായില്ല. കാരണം ഷേക്സ്പിയറിന്റെ നൂറിലധികം കഥാപാത്രങ്ങളിൽ ആരാണ് അദ്ദേഹത്തെ പ്രതിനിധീകരിക്കുന്നത്? ഒഥെല്ലോയും മാക്ബത്തും ഹാംലെറ്റും കിംഗ്ലിയറും മാർക് ആന്റണിയും ഷൈലോക്കും എല്ലാം വ്യത്യസ്തസ്വാഭാവികമായ കഥാപാത്രങ്ങളാകുന്നു. അദ്ദേഹം ഒടുവിലെഴുതിയ നാടകങ്ങളിലൊന്നായ 'എമിഡ്സമ്മർ നൈറ്റ്സ് ഡ്രീമി'ലെ മാന്ത്രികനായ പ്രോസ് പെറോയെ ചിലർ സംശയിക്കുകയുണ്ടായി. തന്റെ രാജ്യത്തു നിന്നു ഭ്രഷ്ടനാക്കപ്പെട്ട് ഒരു ദ്വീപിൽ കഴിയുന്ന ഡ്യൂക്കായ പ്രോ പെറോ സ്വന്തം ജീവിതം തന്റെ 'കല' ക്കുവേണ്ടി മാറ്റി വെച്ചവനാണ്. അങ്ങനെ ചില സാദൃശ്യങ്ങളുണ്ടെങ്കിലും സാദൃശ്യമില്ലായ്മയാണ് കൂടുതലും കാണുന്നത്.

ഷേക്സ്പിയറുടെ സമകാലികരായ എഴുത്തുകാരിലൂടെയാണ് നാം അദ്ദേഹത്തെക്കുറിച്ച് ചിലതെല്ലാം അറിയുന്നത്. മറ്റൊരു നാടകകൃത്തായ ബെൻ ജോൺസൺ അദ്ദേഹത്തെ വാഴ്ത്തുന്നുണ്ട്. അദ്ദേഹം ഒരു കാലത്തിന്റെ മാത്രമല്ല എല്ലാ കാലത്തിന്റെയുമാണെന്നു പറയുന്നു. (He is not of an age, but for all times). അതേസമയം സർവകലാശാലാ വിദ്യാഭ്യാസം ലഭിക്കാത്ത ഒരാളെന്ന നിലയിൽ പരിഹസിക്കപ്പെടുന്നുമുണ്ട് ഷേക്സ്പിയർ.

ലണ്ടനിൽ നിന്ന് ഏകദേശം നൂറുമൈൽ അകലെ അവോൺ നദിയുടെ തീരത്തുള്ള സ്ട്രാറ്റ്ഫോർഡ് എന്ന ഒരു ഗ്രാമപട്ടണത്തിൽ 1564 ഏപ്രിലിലാണ് വില്യം ജനിച്ചത്. അച്ഛൻ ജോൺ ഷേക്സ്പിയർ, അമ്മ മേരി ആർസൻ. അച്ഛനുള്ളതിനേക്കാൾ ഉയർന്ന കുടുംബസ്ഥിതിയായിരുന്നു അമ്മയ്ക്ക്. വില്യമിനെ കൂടാതെ ഈ ദമ്പതികൾക്ക് രണ്ട് ആൺമ

ക്കളും നാല് പെൺമക്കളുമുണ്ടായിരുന്നു. പക്ഷെ വില്യമിന്റെ കഴിവ് അവർക്കാർക്കും ഉണ്ടായിരുന്നില്ല.

വില്യം, സ്ട്രാറ്റ്ഫോർഡിലെ ഗ്രാമർ സ്കൂളിലാണ് പഠിച്ചത്. സമ്പന്നനായിരുന്ന, കുറച്ചുകാലം മേയറുമായിരുന്ന പിതാവിന് ബിസിനസ്സിൽ വമ്പിച്ച സാമ്പത്തിക നഷ്ടം ഉണ്ടായതിനാൽ തുടർന്നു പഠിക്കാനൊന്നും ഷേക്സ്പിയർക്കു കഴിഞ്ഞിട്ടില്ല. ഗ്രാമർ സ്കൂൾ (പ്രൈമറി സ്കൂൾ) വിദ്യാഭ്യാസത്തിനുശേഷം ജീവിതത്തിന്റെ പാഠശാലയിലേക്കാണ് അദ്ദേഹം നടന്നുനീങ്ങിയത്. ഗ്രാമർ സ്കൂൾ പഠനം മോശമായിരുന്നില്ല. പാഠ്യപദ്ധതിയിൽ ഇംഗ്ലീഷ് കുറവും ലാറ്റിനും ഗ്രീക്കും കൂടുതലുമായിരുന്നു. ആ വാതിലുകളിലൂടെ അദ്ദേഹം തന്റെ അറിവിന്റെ വിശാല മേഖലകൾ തേടിപ്പോയി. സ്കൂളിൽ ഭാഷകൾക്കു പുറമെ അദ്ദേഹം ഭൂമിശാസ്ത്രവും ചരിത്രവും പ്രകൃതിശാസ്ത്രവും പ്രപഞ്ചവിജ്ഞാനീയവും പഠിച്ചിരുന്നു.

പതിനെട്ടാം വയസ്സിൽ അദ്ദേഹം "അന്നെ ഹാത്താവെ" എന്ന ഇരുപത്താറുകാരിയെ വിവാഹം കഴിച്ചു. അതൊരു പ്രേമവിവാഹമായിരുന്നു എന്നു മാത്രമല്ല വിവാഹം നടക്കുമ്പോൾ അന്ന ഗർഭിണിയുമായിരുന്നു. സൂസന്ന എന്ന മകളാണ് ആദ്യം ജനിച്ചത്. തുടർന്ന് ഇരട്ടക്കുട്ടികൾ, ജൂഡിത്തും ഹാംനെറ്റും ജനിച്ചു. അദ്ദേഹം ഏറെ സ്നേഹിച്ച ഹാംനെറ്റ് പതിനൊന്നാം വയസ്സിൽ മരിച്ചുപോയി. പ്രായക്കൂടുതലുള്ള ഭാര്യയുമായുള്ള ബന്ധം അത്ര സുഖപ്രദമല്ലെന്ന് നാടകത്തിൽ (Twelth Night) പറയുന്നുണ്ടെങ്കിലും മരണംവരെയും അവർ ദമ്പതിമാരായി ജീവിച്ചു.

പതിമ്മൂന്നാം വയസ്സിൽ സ്കൂൾ വിട്ട വില്യം ഒരു ഇറച്ചിക്കച്ചവടക്കാരന്റെ കണക്കെഴുത്തുകാരനായും വക്കീൽ ഗുമസ്തനായും ഒരു വൈദ്യന്റെ സഹായിയായും കൊച്ചുകുട്ടികളെ പഠിപ്പിക്കുന്ന വാദ്ധ്യാരായും പലപല വേലകൾ ചെയ്തു. സ്ട്രാറ്റ് ഫോർഡിൽത്തന്നെ കഴിഞ്ഞുകൂടി. ഹംസങ്ങൾ നീന്തുന്ന അവോൺ നദിയും ചുറ്റുപാടുമുള്ള മനോഹരപ്രകൃതിയും ആ ചെറുപ്പക്കാരന്റെ സർഗ്ഗവാസനകൾക്കു നിറം പകർന്നിരിക്കാം. യൗവനം വന്നണഞ്ഞപ്പോൾ, താനാരാണെന്നു മനസ്സിലായിത്തുടങ്ങിയപ്പോൾ, വളരാൻ ഏറെ സാഹചര്യങ്ങളുള്ള ലണ്ടൻ നഗരത്തിലേക്കു ചേക്കേറി ഷേക്സ്പിയർ.

സ്ട്രാറ്റ് ഫോർഡ് വിടാനുള്ള കാരണം ഒരു മരണശിക്ഷയിൽ നിന്നു രക്ഷപ്പെടാനായിരുന്നെന്നൊരു കഥയുണ്ട്. നാട്ടിലെ കൊച്ചുരാജാവായ ഒരു പ്രഭുവിന്റെ വിശാലമായ എസ്റ്റേറ്റിൽ കൂട്ടുകാരോടൊപ്പം കടന്നു ചെന്ന് ഒരു മാനിനെ മോഷ്ടിച്ചെന്നാണു കഥ. മരണശിക്ഷ കിട്ടാവുന്ന

കുറ്റമായിരുന്നു അത്. സഞ്ചരിക്കുന്ന ഒരു നാടകക്കമ്പനി ഗ്രാമപട്ടണത്തിൽ വന്നപ്പോൾ അവരോടൊപ്പം വില്യം നാടുവിട്ടുവെന്നുള്ളതാണ് വിശ്വസിക്കാവുന്ന കഥ.

പ്രതിഭാശാലിയായ ഏതു യുവാവിന്റെയും മോഹമായിരുന്നു പ്രശസ്തകലാകാരന്മാരുടെ കേന്ദ്രമായ ലണ്ടൻ നഗരത്തിൽ എത്തിച്ചേരുക. സൂര്യനസ്തമിക്കാത്ത ബ്രിട്ടീഷ് സാമ്രാജ്യത്തിന്റെ തലസ്ഥാനത്ത് എന്നും നാടകം കളിക്കുന്ന തിയേറ്ററുകളുണ്ടായിരുന്നു. നാടകം കാണാൻ രാജാവും മന്ത്രിമാരും പ്രഭുക്കന്മാരും സാധാരണ പൗരന്മാരും വരും. അവരെയെല്ലാം രസിപ്പിക്കുന്നതായിരിക്കണം നാടകം. ലണ്ടനിലെത്തിയ വില്യമിന് ആദ്യം ലഭിച്ച ജോലി നാടകം കാണാൻ വരുന്ന പ്രഭുക്കന്മാരുടെ കുതിരകളെ നോക്കുകയായിരുന്നു. പിന്നെ നടന്മാരുടെ സഹായി, അപ്രധാന ഭാഗങ്ങൾ അഭിനയിക്കുന്ന നടൻ, പകർത്തിഎഴുത്തുകാരൻ എന്നിങ്ങനെ പടിപടിയായുള്ള ഉയർച്ചയായിരുന്നു. ഇരുപത്തഞ്ചിനും നാല്പത്തഞ്ചിനുമിടയിലുള്ള പ്രായത്തിലാണ് മുപ്പത്തേഴുനാടകങ്ങളും കുറേ ഗീതക (Sonnets) ങ്ങളും അദ്ദേഹം രചിച്ചത്. റേപ് ഓഫ് ലുക്രീസ്, വീനസ് ആന്റ് അഡോണിസ് എന്ന രണ്ടു നീണ്ട റോമൻ കവിതകൾ ഇംഗ്ലീഷിലേക്കു വിവർത്തനം ചെയ്തു.

നാടകങ്ങളിലൂടെ തന്റെ പ്രതിഭയെ പ്രകാശിപ്പിക്കുകയും പണം സമ്പാദിക്കുകയും മാത്രമായിരുന്നു ഷേക്സ്പിയറുടെ ലക്ഷ്യം. അതിനപ്പുറം എന്തെങ്കിലും പ്രാധാന്യം തന്റെ നാടകങ്ങൾക്കുണ്ടെന്ന് അദ്ദേഹം വിശ്വസിച്ചിരുന്നില്ല. ഒരു നാടകവും അദ്ദേഹം അച്ചടിപ്പിക്കുകയോ പ്രസിദ്ധീകരിക്കുകയോ ചെയ്തിരുന്നില്ല. അദ്ദേഹത്തിന്റെ മരണശേഷമാണ് സാഹിത്യാസ്വാദകന്മാരായ ചിലർ അവ ശേഖരിക്കുകയും ട്രാജഡി, കോമഡി ഹിസ്റ്ററി എന്നു മൂന്നായി തിരിച്ച് മൂന്നു ഫോളിയോകളിലായി പ്രസിദ്ധീകരിക്കുകയും ചെയ്തത്.

ഷേക്സ്പിയറിന്റെ കാലം ബ്രിട്ടന്റെ ചരിത്രത്തിലെ സുവർണ്ണകാലമായിരുന്നു. അതിനെ എലിസബത്തൻ കാലമെന്നു വിളിക്കുന്നു. ഒന്നാം എലിസബത്ത് രാജ്ഞിയായിരുന്നു അന്നു രാജ്യം ഭരിച്ചിരുന്നത്. ഇംഗ്ലണ്ട് ഏറെ പ്രദേശങ്ങൾ പിടിച്ചെടുക്കുകയും ഏറ്റവും വലിയ സമുദ്രശക്തിയായി വളരുകയും ചെയ്ത കാലമായിരുന്നു അത്. ഷേക്സ്പിയറിനെ പോലുള്ള എഴുത്തുകാർക്ക് രാജാവിനെ പോലും വിമർശിക്കാൻ സ്വാതന്ത്ര്യമുണ്ടായിരുന്ന ഒരു കാലം കൂടിയാണത്. ആ സ്വാതന്ത്ര്യമാണ് ഇത്രയും മഹത്തായ സൃഷ്ടികൾക്കു പിന്നിൽ പ്രവർത്തിച്ചത്.

ആരോഗ്യം മോശമായതിനാൽ വയസ്സു നാല്പത്തഞ്ചായപ്പോൾ

ഷേക്സ്പിയർ ലണ്ടൻ വിട്ട് തന്റെ ജന്മനാടായ സ്ട്രാറ്റ്ഫോർഡിലേക്കു മടങ്ങി. നാടകങ്ങളിൽ നിന്നു ലഭിച്ച പണം കൊണ്ട് അവിടെ കുറേ സ്വത്തുവാങ്ങി ശിഷ്ടജീവിതം പ്രയാസരഹിതമാക്കി. അവിടെ 1616 ഏപ്രിൽ 23 ന് അമ്പത്തിരണ്ടാമത്തെ വയസ്സിൽ അദ്ദേഹം അന്തരിച്ചു.

ഒഥെല്ലോയുടെ ഉറവിടം

ഇറ്റാലിയൻ കഥാകൃത്തായ സിന്തിയോയുടെ 'ഹെക്കാറ്റോമ്മിതി' എന്ന ലഘുനോവലി (Novella) ൽ നിന്നാണ് ഷേക്സ്പിയർ ഈ കഥ സ്വീകരിച്ചതെന്നു വിശ്വസിക്കപ്പെടുന്നു. ജോൺ പോറി തർജ്ജിമ ചെയ്ത ആഫ്രിക്കൻ ചരിത്രത്തിന്റെ സ്വാധീനവുമുണ്ട്. നാടകമെഴുതുന്ന കാലത്ത് ബ്ലാക്ക് മൂർ എന്നു വിളിക്കപ്പെട്ടിരുന്ന ആഫ്രിക്കൻ നീഗ്രോകൾ ലണ്ടനിൽ കുടിയേറിയിരുന്നു. വെനീഷ്യൻ സാമ്രാജ്യം മറുനാട്ടുകാരായ യുദ്ധവിദഗ്ദ്ധന്മാരെ അവരുടെ പട്ടാളത്തിൽ ചേർത്തിരുന്നതായി ചരിത്രമുണ്ട്. ഡെസ്ഡമോണ എന്ന ഗ്രീക്ക് വാക്കിന്റെ അർത്ഥം നിർഭാഗ്യവതി എന്നാണത്രേ.

ഒന്ന്

മദ്ധ്യകാല യൂറോപ്പിലെ ഇറ്റലിയിൽ ശക്തിയും ഐശ്വര്യവും നിറഞ്ഞ ഒരു നഗരസംസ്ഥാന (City State) മായിരുന്നു വെനിസ്. റോഡുകൾ പോലെ സഞ്ചാരത്തിനു തോടു (Canal) കളുള്ള മനോഹരനഗരം. ഒരുകാലത്ത് ചുറ്റുമുള്ള ദ്വീപുകളും ആ സാമ്രാജ്യത്തിന്റെ അധീനതയിലായിരുന്നു. അതിലൊന്നാണ് സൈപ്രസ് ദ്വീപ്. ഈ നാടകത്തിലെ സംഭവങ്ങൾ നടക്കുന്നത് വെനീസിലും സൈപ്രസിലുമാകുന്നു.

വെനീസ് ഭരിച്ചിരുന്ന ഡ്യൂക്കി (രാജാവ്) ന്റെ വിശ്വസ്തനും സൈന്യാധിപനുമാണ് കറുത്തവനും മൊറോക്കോക്കാരനും അറബി (മൂർ) വേഷധാരിയുമായ ഒഥെല്ലൊ. ഡ്യൂക്കിന്റെ ഭരണസഭയായ സെനറ്റിലെ ഒരു പ്രമുഖാംഗമാണ് പ്രഭുവും സമ്പന്നനുമായ ബ്രബാൻഷിയോ. വിഭാര്യനായ അദ്ദേഹത്തിന്റെ ഏകപുത്രിയാണ് അതിസുന്ദരിയായ സെസ്ഡമോണ. വെനീസിലെ പ്രഭുകുമാരന്മാർ പലരും അവളുടെ കരം ഗ്രഹിക്കാൻ ആഗ്രഹിച്ചിരുന്നെങ്കിലും അവൾ ഇഷ്ടപ്പെട്ടത് കറുത്തവനും ധീരനും ശക്തനുമായ ഒഥെല്ലോയെ ആയിരുന്നു. ഒരു രാത്രി ഒരു തോണിക്കാരനേയും കൂട്ടി തോടുവഴി അവൾ ഒഥെല്ലോയുടെ വസതിയിലെത്തി അയാളെ വിവാഹം കഴിച്ചു. ആ ഒളിച്ചോട്ടം അവളുടെ പിതാവോ വേലക്കാരോ അറിഞ്ഞില്ലെങ്കിലും രണ്ടുപേരറിഞ്ഞു. അവരിലൊരാൾ അവളുടെ അകന്ന ബന്ധുവും അവളെ സ്വന്തമാക്കാൻ വേണ്ടി പണമോ സ്വർണ്ണമോ എന്തു വേണമെങ്കിലും നൽകാൻ സന്നദ്ധനുമായ റോഡെറിഗോ എന്ന സുന്ദര വിഡ്ഢിയാകുന്നു. അപരൻ വളഞ്ഞ ബുദ്ധിയുള്ളവനും കൗശലക്കാരനും പട്ടാളത്തിൽ ഒഥെല്ലൊയുടെ കീഴുദ്യോഗസ്ഥനുമായ ഇയാഗോ ആകുന്നു.

ഡെസ്ഡമോണ ഒളിച്ചോടിയതും മൂറിന്റെ വസതിയിലെത്തിയതും ഇയാഗോ കണ്ടിരിക്കാനാണു സാദ്ധ്യത. കേണലിനു താഴെയുള്ള എൻസൈൻ പദവി മാത്രമുള്ള അയാൾ ഒഥെല്ലോ അയാളെ കേണലാക്കാത്തതിൽ അകമേ പകയുള്ള ആളാണ്. എന്നാൽ പുറമെ ഒഥെല്ലൊ

യുടെ ഏറ്റവും വിശ്വസ്തനായി അഭിനയിക്കുകയും അയാളെ ചുറ്റിപ്പറ്റി നിൽക്കുകയും ചെയ്യുന്നു. റൊഡെറിയോയുടെ ദൗർബല്യം മനസ്സിലാക്കിയ അയാൾ ഡെസ്ഡമോണയെ വശത്താക്കിക്കൊടുക്കാമെന്നു പറഞ്ഞ് അയാളിൽ നിന്നു പണം പിടുങ്ങുന്നുണ്ട്. ഡെസ്ഡമോണ ഒളിച്ചോടിയ വിവരം ഇയാഗോ റോഡറിഗോയെ അറിയിച്ചിട്ട് അയാളെ വിളിച്ചിറക്കികൊണ്ടുവരികയാണ്. ഇനി നാടകത്തിലേക്കു കടക്കാം.

(Act I, Scene I)

ഇരുട്ടുള്ള രാത്രി. വെനീസിലെ പ്രധാന വീഥിയിലൂടെ ബ്രബസാൻഷിയോയുടെ വീടിനെ ലക്ഷ്യമാക്കി സംസാരിച്ചുകൊണ്ടുനടന്നുപോകുന്ന ഇയാഗോയും റോഡെറിഗോയും. തന്നിൽനിന്ന് പണം പറ്റിയിട്ട് ഡെസ്മോണയും മൂറുമായുള്ള ബന്ധം ഒളിപ്പിച്ചുവെച്ചതിൽ റോഡറിഗോ ഇയാഗോയെ കുറ്റപ്പെടുത്തുന്നു. ഒഥെല്ലോയെ അയാൾ വെറുക്കുന്നതായും പറയുന്നു.

ഇയാഗോ പറഞ്ഞു: "നിനക്കെന്നെ വെറുക്കാം. പക്ഷെ എന്റെ കാര്യം മനസ്സിലാക്കണം. നഗരത്തിലെ പ്രമുഖരായ മൂന്നുപേർ എന്നെ ലഫ്റ്റനന്റാക്കണമെന്ന് അയാളോടു ശുപാർശ ചെയ്തതാണ്. മറ്റാരേക്കാളും ഞാനാണ് ആ സ്ഥാനത്തിന് അർഹൻ. എന്നിട്ടയാൾ യുദ്ധത്തിൽ താൻ ചെയ്തതൊക്കെപ്പറഞ്ഞ് അവരെ ഒഴിവാക്കി. ഓഫീസറെ നിയമിച്ചുകഴിഞ്ഞത്രേ. അയാൾ ആരാണെന്നോ? ഫ്ളോറൻസുകാരൻ ഒരു മൈക്കേൽ ക്ലാസ്സിയോ. കണക്കുശാസ്ത്രജ്ഞൻ. ഒരു വേശ്യയുമായി ബന്ധമുള്ളവൻ... അവനു യുദ്ധമെന്തെന്നറിയില്ല. ഒരു യുദ്ധത്തിലും സൈന്യത്തെ നയിച്ചിട്ടില്ല. പുസ്തകത്തിലെഴുതിയതു വായിച്ചിട്ടുണ്ടാവും. അല്ലാതൊന്നും അറിയില്ല. ഞാനാണെങ്കിൽ യുദ്ധത്തിൽ പങ്കെടുത്തിട്ടുള്ളവനാണെന്നും സൈപ്രസിലും റോഡ്സിലും മറ്റു സ്ഥലങ്ങളിലും പൊരുതിയിട്ടുള്ളവനാണെന്നും മൂറിനറിയാം. എന്നിട്ടും എന്നെ ഒഴിവാക്കി."

ഇപ്പോൾ റോഡറിഗോവിനു ഇയാഗോയോടു കുറച്ച് അനുഭാവം തോന്നിത്തുടങ്ങി. താനായിരുന്നെങ്കിൽ അതു സഹിക്കുമായിരുന്നില്ലെന്നും അവന്റെ ആരാച്ചാരാകുമായിരുന്നെന്നും അയാൾ പറഞ്ഞു.

ഇയാഗോ തന്റെ രോഷം മുഴുവനും ഒഥെല്ലോയുടെ നേരെയാണു പ്രയോഗിക്കുന്നത്. താൻ അപമാനം സഹിച്ച് അയാളുടെ കീഴിൽ വേല ചെയ്യുന്നത് അയാളോടു പ്രതികാരം വീട്ടാൻ വേണ്ടിയാണ്. ചിലർ യജമാനന്മാർ, ചിലർ സേവകന്മാർ. ഈ യജമാനന്മാരെ ശരിക്കും സേവി

ക്കുക പ്രയാസം. സേവകന്മാരിൽ രണ്ടുകൂട്ടരുള്ളതിൽ ഒരു കൂട്ടർക്ക് അടിമപ്പണി ഇഷ്ടമാണ്. കഴുതകൾക്കു തുല്യമാണവർ. ഭക്ഷണംമതി. എന്തുവേലയും ചെയ്യും. പ്രായമായി ആരോഗ്യം നശിക്കുമ്പോൾ യജമാനന്മാർ അവരെ പുറത്താക്കും. അവർ മണ്ടന്മാരാണ്.

രണ്ടാമത്തെ കൂട്ടർ ആത്മാർത്ഥസേവകന്മാരാണെന്നഭിനയിക്കും. ഉള്ളിൽ തനി സ്വാർത്ഥന്മാരായിരിക്കും. യജമാനന്മാരെ കബളിപ്പിച്ച് അവർ സ്വന്തമായി ധനം സമ്പാദിക്കും, സ്വന്തം കാര്യങ്ങൾ നോക്കും. അവർക്കു കുറച്ചു തിരിച്ചറിവുണ്ട്. അവരിലൊരാളാണു താനെന്ന് ഇയാഗോ തുറന്നുപറഞ്ഞു. അയാൾ മൂറിനെ പിന്തുണക്കുന്നത് തന്നെ തന്നെ പിന്തുണക്കലാണ്.

റോഡറിഗൊ അപ്പോൾ ഓർത്തതു സെസ്ഡമോണയുടെ കാര്യമായിരുന്നു. ആ കറുത്ത മൂറിന്റെ തടിച്ച അധരങ്ങൾക്ക് എന്തൊരു ഭാഗ്യം.

അവർ ബ്രബാൻഷിയോയുടെ വീടിനടുത്തെത്തി. മകൾ പോയതൊന്നുമറിയാതെ നിദ്രകൊള്ളുകയാണു വൃദ്ധൻ. വീടിനു തീ കത്തുന്നതു കണ്ടപോലെ അലറി വിളിക്കാൻ ഇയാഗോ റോഡറിഗോയോടു പറഞ്ഞു. രണ്ടാളും ചേർന്ന് ഉറക്കെപ്പറഞ്ഞു: "ബ്രബാൻഷിയോ, സെനറ്റർ ബ്രബാൻഷിയോ, ഉണരൂ... ഉണരൂ... കള്ളന്മാർ നിങ്ങളുടെ വീട്ടിൽ. നോക്കൂ എവിടെ നിങ്ങളുടെ പെട്ടികൾ, എവിടെ നിങ്ങളുടെ മകൾ?"

ബ്രബാൻഷിയോ എഴുന്നേറ്റ് ഉറക്കച്ചടവോടെ ജാലകം തുറന്നു തെരുവിലേക്കു നോക്കി. ഇരുട്ടാണ്. ആരാണു പുറത്തുനിൽക്കുന്നതെന്നു കാണാൻ കഴിയുന്നില്ല. ആരോ ചോദിക്കുന്നു നിങ്ങളുടെ കുടുംബാംഗങ്ങളെല്ലാം വീട്ടിലുണ്ടോ? കതകുകൾ പൂട്ടിയിരിക്കുകയാണോ? വൃദ്ധനു ദേഷ്യം വന്നു. ആരാ നിങ്ങൾ? എന്താ ഈ ബഹളത്തിനു കാരണം? വളച്ചുകെട്ടി അശ്ലീലം കലർന്ന ഭാഷയിൽ ഇയാഗോ ഉരച്ചു.

"നിങ്ങൾ കൊള്ളയടിക്കപ്പെട്ടിരിക്കുന്നു. ഹൃദയം തകർക്കപ്പെട്ടിരിക്കുന്ന, ആത്മാവു പകുതിയും നഷ്ടമായിരിക്കുന്നു. ഒരു കറുത്ത മുട്ടനാട് ഈ സമയത്തു നിങ്ങളുടെ വെളുത്ത പെണ്ണാടുമായി ഇണ ചേരുകയാണ്. ചെകുത്താൻ നിങ്ങളെ ഒരു മുത്തച്ഛനാക്കേണ്ടെങ്കിൽ ഉടനെ ഇറങ്ങൂ. മറ്റുള്ളവരെയെല്ലാം ഉണർത്തി പുറപ്പെടൂ.

വൃദ്ധനൊന്നും മനസ്സിലായില്ല.

നിങ്ങൾക്കെന്താ ഭ്രാന്താണോ? റോഡെറിഗോ അന്നേരം താനാരാണെന്നു വെളിപ്പെടുത്തി. അവൻ, തന്റെ മകളെ വിവാഹം ചെയ്യണമെന്ന് പറഞ്ഞു പലവട്ടം വന്നവൻ. അവനോട് ഇവിടെ ചുറ്റിപ്പറ്റി നടക്കരുതെന്നു താൻ താക്കീതു ചെയ്തതാണ്. അവനിതാ രാത്രിയിൽ കുടിച്ചുലക്കു

കെട്ട് ഒരാളെ കൂട്ടി വന്നിരിക്കുന്നു തന്നെ ശല്യം ചെയ്യാൻ!

അല്പം ക്ഷമിക്കാനും താൻ പറയുന്നതു കേൾക്കാനും റോഡെറിഗോ വീണ്ടും വീണ്ടും ആവശ്യപ്പെട്ടു. വൃദ്ധൻ ചോദിച്ചു: "നീയെന്താ പറഞ്ഞത് എന്റെ വീടുകൊള്ളയടിക്കുന്നെന്നോ? ഇതു വെനിസ്സാണ്. എന്റെ വീട് ഉടമസ്ഥനില്ലാതെ തുറന്നിട്ട പറമ്പൊന്നുമല്ല."

ഒടുവിൽ അവർ പറയുന്നതു കേൾക്കാൻ വൃദ്ധൻ തയ്യാറായി. ഡെസ്‌ഡമോണയുടെ ഒളിച്ചോട്ടത്തിന്റെ വാർത്ത റോഡെറിഗോ അറിയിച്ചു. അയാൾ പറഞ്ഞു.

"ഈ പോക്ക് അങ്ങറിഞ്ഞതും സമ്മതിച്ചതുമാണെങ്കിൽ ഞാൻ പറഞ്ഞതു തെറ്റായിത്തീരാം. അതല്ല അവർക്ക് അങ്ങ് അനുവാദം കൊടുത്തിട്ടില്ലെങ്കിൽ അവൾ ചെയ്തതു വലിയ സാഹസം തന്നെയാണ്. അവളുടെ ബുദ്ധിയും സൗന്ദര്യവുമെല്ലാം ആ വരത്തൻ കാപ്പിരിക്ക് അടിയറ വെച്ചുകഴിഞ്ഞു.

ബ്രബാൻഷ്യോ വേലക്കാരെ വിളിച്ചു. മെഴുകുതിരികൾ കത്തിക്കാൻ പറഞ്ഞു. അയാൾക്ക് അതുപോലെ ഒരു സ്വപ്നം ഉണ്ടായത്രേ!

കത്തിച്ച മെഴുകുതിരിയുമായി ബ്രബാൻഷ്യോ അകത്തേക്കുപോകുമ്പോൾ ഇയാഗോ റോഡെറിഗോയോടു വിടവാങ്ങി. താൻ അവിടെ വന്നത് ഒഥെല്ലോ അറിഞ്ഞാൽ അയാൾക്കെതിരായി താൻ പ്രവർത്തിച്ചെന്ന ആരോപണമുണ്ടാവും. ഈ സംഭവം അയാളുടെ മേൽ കരിനിഴൽ വീഴ്ത്തുമെങ്കിലും രാജ്യത്തിന് അയാളുടെ സേവനം ഒഴിവാക്കാൻ കഴിയില്ല. ഇപ്പോഴതാ സൈപ്രസിൽ യുദ്ധം നടക്കാൻ പോകുന്നു. യുദ്ധം നയിക്കാൻ അയാളേക്കാൾ കഴിവുള്ള ആരും രാജ്യത്തില്ല. എനിക്കയാളോടു വെറുപ്പുണ്ടെങ്കിലും വ്യാജമായ രീതിയിൽ കൂറു കാണിക്കേണ്ടിയിരിക്കുന്നു. അന്വേഷകരെ നിങ്ങൾ അയാളിപ്പോൾ താമസിക്കുന്ന സത്രത്തിലേക്കു കൂട്ടിക്കൊണ്ടുവരൂ. ഞാനവിടെ ഉണ്ടാവും.

ഇയാഗോ പോയതിനുശേഷം വേലക്കാരും പന്തങ്ങളുമായി ബ്രബാൻഷ്യോ ഇറങ്ങിവന്നു. നിങ്ങൾ പറഞ്ഞതു ശരിയാണ്, മകൾ പോയിരിക്കുന്നു, അവൾ മൂറിനോടൊപ്പമാണ് പോയത്. നിങ്ങൾ അവളെ കണ്ടോ, അവൾ വല്ലതും പറഞ്ഞോ അങ്ങനെ പലതും വൃദ്ധൻ ചോദിച്ചെങ്കിലും റോഡെറിഗോ ഒന്നിനും മറുപടി പറഞ്ഞില്ല. ഇപ്പോൾ വൃദ്ധനും വിണ്ടുവിചാരമുണ്ടായി. നിനക്ക് അവളെ കല്യാണം കഴിച്ചുതന്നാൽ മതിയായിരുന്നു. എങ്കിൽ ഈ പൊല്ലാപ്പുണ്ടാകുമായിരുന്നില്ല. ഭാര്യ മരിച്ചതിനുശേഷം അവളെ വളർത്താൻ താൻ എത്ര കഷ്ടപ്പെട്ടുവെന്നു വൃദ്ധനോർത്തു. തന്റെ ഏക സന്തതിയാണ് പോയ്പ്പോയിരിക്കുന്നത്.

അയൽക്കാരേയും ബന്ധുക്കളേയുമെല്ലാം വിളിച്ചുകൂട്ടാനും കൂടുതൽ ആളും പന്തങ്ങളും ആയുധങ്ങളുമായി മൂറിന്റെ വീട്ടിലേക്കു നീങ്ങാനും ബ്രബാൻഷ്യോ വേലക്കാരോടാജ്ഞാപിച്ചു. റോഡെറിഗോ മുമ്പിൽ നടന്നു.

രണ്ട്

(Act I, Scene 2)

ഒഥല്ലോ തന്റെ വിവാഹം കാരണമാവാം ഇന്നുരാത്രി അയാളുടെ വീട്ടിലല്ല സത്രത്തിലാണു താമസിക്കുന്നത്. പുറം വരാന്തയിൽ, സേവകന്മാർ കൊളുത്തിപ്പിടിച്ച തീപ്പന്തങ്ങളുടെ വെളിച്ചത്തിൽ ഇയാഗോയുമായി സംസാരിച്ചുകൊണ്ടുനിൽക്കുകയാണ്. ബ്രബാൻഷ്യയെ ഇളക്കിവിട്ട ഇയാഗോ താനൊന്നും ചെയ്തില്ലെന്ന മട്ടിൽ വിനീതവിധേയനായി നിന്നു വീമ്പുപറയുന്നു.

ഒഥല്ലോയെ ആക്ഷേപിച്ചു സംസാരിച്ച ഒരാളെ തനിക്കു കൊല്ലണമെന്നു തോന്നിയെന്നും അതിനുവേണ്ടി തന്റെ കഠാര എടുത്തപ്പോൾ യുദ്ധമല്ലാത്തതുകൊണ്ട് ആളെ കൊല്ലേണ്ടെന്നു തോന്നിയെന്നും ഇയാഗോ പറയുന്നു. അതു ശരിവെച്ചു ഒഥെല്ലോ. വീമ്പു പറയുന്നതിനിടയിൽ ഇയോഗോ പെട്ടെന്നൊരു ചോദ്യം ചോദിക്കുന്നു; അങ്ങയുടെ വിവാഹം കഴിഞ്ഞോ? തുടർന്നുപറയുന്നത് ഡെസ്ഡമോണയുടെ പിതാവായ ബ്രബാൻഷ്യോയുടെ വലുപ്പമാണ്. ഡ്യൂക്കിനെപ്പോലെ സമുന്നതനും ശക്തനുമാണ് അദ്ദേഹം. ഒരു ഒത്തു തീർപ്പിനും വഴങ്ങാത്ത അദ്ദേഹം പ്രതികാരത്തിനൊരുങ്ങിയേക്കും. അക്കൂട്ടർ വരുന്നുണ്ടെന്നു തോന്നുന്നു. അങ്ങ് അകത്തുപോകുന്നതാണ് നല്ലത്.

ഒഥെല്ലോ ഇയാഗോയുടെ ഉപദേശം സ്വീകരിക്കാതെ സധൈര്യം അവിടെനിന്നു. തന്നെ എതിർക്കുന്നവർ താൻ രാജ്യത്തിനു വേണ്ടി ചെയ്യുന്ന സേവനം മനസ്സിലാക്കുമ്പോൾ അടങ്ങിക്കൊള്ളുമെന്ന് അയാൾ പ്രത്യാശിച്ചു. ഡെസ്ഡമോണ ഒരാൾക്കുവേണ്ടി മാത്രമാണ് താനല്പം തലകുനിക്കാൻ ഒരുമ്പെടുന്നത്. അല്ലെങ്കിൽ സമുദ്രാന്തർഭാഗത്തെ രത്നങ്ങൾ മുഴുവൻ തന്നാലും താൻ തന്റെ നിലയിൽ നിന്നു തെല്ലും താഴുകയില്ല.

പന്തങ്ങൾ ദൂരെ നിന്നു വരുന്നതു കണ്ടപ്പോൾ ബ്രബാൻഷ്യോയും കൂട്ടരുമാണെന്ന് ഇയാഗോ ധരിച്ചെങ്കിലും വന്നത് അവരായിരുന്നില്ല. ഒഥല്ലോയുടെ ലഫ്റ്റനന്റായ ക്ലാസ്സിയോയും കൂട്ടരും ഒരു അടിയന്തരാവശ്യം

പ്രമാണിച്ച് ഒഥെല്ലോയെ തേടി വരികയായിരുന്നു. നാടുവാഴുന്ന ഡ്യൂക്ക് ഒഥെല്ലോ ഉടൻ തന്നെ തന്റെ കാര്യാലയത്തിലെത്താൻ ആജ്ഞാപിച്ചിരിക്കുന്നു. സൈപ്രസിൽ നിന്ന് എന്തോ അടിയന്തരസന്ദേശം ലഭിച്ചിട്ടുണ്ട്. ഡ്യൂക്ക് രാത്രി തന്നെ ഭരണസഭയായ സെനറ്റിന്റെ പ്രത്യേകയോഗം വിളിച്ചിരിക്കുകയാണ്. വിവരം ഒഥെല്ലോയെ അറിയിക്കാൻ നിയുക്തരായ ക്ലാസ്സിയോയും കൂട്ടരും അദ്ദേഹത്തിന്റെ വീട്ടിൽ അദ്ദേഹത്തെ കാണാഞ്ഞിട്ടാണ് ഇങ്ങോട്ടു വന്നിരിക്കുന്നത്.

പുറപ്പെടുന്നതിനു വേഷം മാറാൻ ഒഥെല്ലോ അകത്തേക്കു പോയപ്പോൾ അയാളുടെ വിവാഹക്കാര്യം ഇയാഗോ ക്ലാസ്സിയോയെ അറിയിക്കുന്നു. പക്ഷെ ആരെയാണു വിവാഹം കഴിച്ചതെന്നു പറയാൻ കഴിഞ്ഞില്ല. അതിനുമുമ്പേ ഒഥെല്ലോ മടങ്ങിവന്നു. ആ സമയത്തു തന്നെ ബ്രബാൻഷ്യോയും റോഡറിഗോയും ആയുധധാരികളായ അനുചരന്മാരും അവിടെയെത്തുന്നു. ഒഥെല്ലോയെ കണ്ടമാത്രയിൽ ബ്രബാൻഷ്യോ ക്രുദ്ധനായി അയാളെ ഭത്സിക്കാൻ തുടങ്ങി. അവർ വാളുകൾ ഉറയിൽ നിന്നെടുത്തപ്പോൾ ഒഥെല്ലോയുടെ അനുചരന്മാരും അങ്ങനെ ചെയ്തു. ഇയാഗോ തികച്ചും അപരിചിതനെന്ന മട്ടിൽ റോഡറിഗോയെ വെല്ലുവിളിച്ചു. ഒഥെല്ലോ അക്ഷോഭ്യനായി നിന്ന് ഇരുകൂട്ടരോടും വാളുകൾ ഉറയിലിടാൻ പറഞ്ഞു. അല്ലെങ്കിൽ മഞ്ഞുതുള്ളികൾ വീണ് അവ തുരുമ്പെടുത്തു പോകും.

ഒഥെല്ലോ ബ്രബാൻഷ്യോയോടു ആദരവു കാണിച്ചെങ്കിലും വൃദ്ധന്റെ കോപമടങ്ങിയില്ല. "കള്ളക്കാപ്പിരീ, എവിടെയാണു നീ എന്റെ മകളെ ഒളിപ്പിച്ചുവെച്ചിരിക്കുന്നത്? നീ എന്തോ ആഭിചാരം ചെയ്ത് അവളെ വശീകരിക്കുകയായിരുന്നു. സുന്ദരിയും ശുദ്ധസ്വഭാവിയുമായ അവളെ വിവാഹം കഴിക്കാനാഗ്രഹിച്ച സുന്ദരന്മാരായ യുവാക്കന്മാരെ ആരെയും അവൾ സ്വീകരിച്ചില്ല. വിവാഹത്തോടുതന്നെ എതിർപ്പായിരുന്ന അവളുടെ മനസ്സ് ഏതോ മാന്ത്രികവിദ്യകൊണ്ടു നീ മാറ്റിയെടുത്തു. അവളെപ്പോലൊരുവൾ സ്വന്തം പിതാവിനെ ഉപേക്ഷിച്ച് ഒരു കാപ്പിരിയുടെ കറുത്ത മാറിൽ പോയി വീഴുമെന്നോ? നിയമവിരുദ്ധമായി പ്രവർത്തിച്ച ഒഥെല്ലോയെ ഉടനെ ജയിലിലടക്കാൻ വൃദ്ധൻ അനുചരരോടു പറഞ്ഞു.

തന്നെ അത്യാവശ്യമായി ഡ്യൂക് വിളിച്ചിരിക്കുകയാണെന്നും സെനറ്റിന്റെ അടിയന്തിര യോഗം നടക്കുന്നെന്നും ഒഥെല്ലോ പറഞ്ഞപ്പോൾ വൃദ്ധൻ തീരുമാനം മാറ്റി. ഒഥെല്ലോയോടൊപ്പം സഭാംഗമായ താനും ചേർന്ന് കാപ്പിരിക്ക് എന്തു ശിക്ഷ നൽകണമെന്നു തീരുമാനിക്കട്ടെ. താൻ തന്റെ പരാതി സഭയിൽ അവതരിപ്പിക്കും.

മൂന്ന്

(Act I, Scene 3)

വെനീസിലെ ഭരണസഭാമന്ദിരത്തിനകത്തും പുറത്തും തീപ്പന്തങ്ങളുടെ വെളിച്ചം നിറഞ്ഞുനിൽക്കുന്നു. ആയുധധാരികളായ ഭടന്മാർ സഭാമന്ദിരത്തിനു കാവൽ നിൽക്കുന്നുണ്ട്. അകത്തു ഭരണസഭയായ സെനറ്റിന്റെ അടിയന്തിരയോഗം നടക്കുകയാണ്. തുർക്കികളുടെ പടക്കപ്പലുകൾ വെനീസ് രാജ്യത്തിൽ പെട്ട സൈപ്രസ് ദ്വീപിനു നേരെ നീങ്ങിക്കൊണ്ടിരിക്കുന്നതായി വിവരം കിട്ടിയിരിക്കുന്നു. മുമ്പും സൈപ്രസ് കീഴടക്കാൻ അവർ ശ്രമിച്ചിട്ടുണ്ട്. അപ്പോഴെല്ലാം വെനീസിന്റെ സൈന്യം അവരെ തോൽപ്പിച്ചോടിക്കുകയായിരുന്നു. ഇപ്പോൾ ഓട്ടോമൻ സാമ്രാജ്യം നിലവിൽ വന്നതോടെ തുർക്കികളുടെ ശക്തി വർദ്ധിച്ചിരിക്കുകയാണ്.

തുർക്കികളുടെ ആക്രമണത്തെ ചെറുക്കാൻ ഉടനെ ചെയ്യേണ്ടത് എന്തെന്നു ഡ്യൂക്കും പക്വമതികളായ സെനറ്റംഗങ്ങളും ആലോചിച്ചുകൊണ്ടിരിക്കുമ്പോഴാണ് ഒഥെല്ലോയും ബ്രബാൻഷ്യോയും അനുചരന്മാരും പ്രവേശിക്കുന്നത്. ധീരനായ ഒഥെല്ലോയെ സന്തോഷത്തോടെ സ്വാഗതം ചെയ്ത ഡ്യൂക്ക് താൻ അയാളെ ഉടനെ സൈപ്രസിലേക്ക് അയക്കുന്നതാണെന്നു പ്രഖ്യാപിക്കുന്നു. മുതിർന്ന ഭരണസഭാംഗമായ ബ്രബാൻഷ്യോയെ ഡ്യൂക്ക് ബഹുമാനത്തോടെ സ്വാഗതം ചെയ്യുകയും അദ്ദേഹത്തിന്റെ വിലപ്പെട്ട ഉപദേശം ആരായുകയും ചെയ്യുന്നു. താൻ അതീവദുഃഖിതനാണെന്നും ആ ദുഃഖത്തിന്റെ കാരണം തന്റെ മകളാണെന്നും ബ്രബാൻഷ്യോ പറയുമ്പോൾ എല്ലാവരും അമ്പരപ്പോടെ ചോദിച്ചു: എന്താ മരിച്ചുപോയോ?

അതെ, തന്നെ സംബന്ധിച്ചിടത്തോളം അങ്ങനെ തന്നെ എന്നു വൃദ്ധൻ പറഞ്ഞു. അവൾ ചതിക്കപ്പെട്ടിരിക്കുന്നു. വശീകരണമന്ത്രങ്ങളും മരുന്നുകളും അവളുടെമേൽ പ്രയോഗിക്കപ്പെട്ടിരിക്കുന്നു. അല്ലാതെ അവൾ വഴിതെറ്റി പോവാൻ വേറെ കാരണമില്ല. അങ്ങനെ അവളെ വഴിതെറ്റിച്ചവൻ ആരായാലും, തന്റെ മകൻ തന്നെയായാലും, അവൻ

ശിക്ഷിക്കപ്പെടുമെന്നു ഡ്യൂക്ക് പറഞ്ഞുകഴിഞ്ഞപ്പോൾ ബ്രബാൻഷ്യോ ഒഥല്ലോയെ ചൂണ്ടിക്കാട്ടി. മറ്റാരുമല്ല ഇവൻ തന്നെ ഈ മൂർ, ഈ കാപ്പിരി.

ഡ്യൂക്ക് ചോദിച്ചു : ഒഥെല്ലോ നിങ്ങൾക്കെന്താണീ കാര്യത്തിൽ പറയാനുള്ളത്? ഒഥെല്ലോ പറഞ്ഞു: ശരിയാണ് അഭിവന്ദ്യനായ ബ്രബാൻഷ്യോയുടെ മകളെ ഞാൻ സ്വീകരിച്ചു കൈവശപ്പെടുത്തിയെന്നു പറയുന്നതു ശരിയാണ്. അവളെ വിവാഹം കഴിച്ചതു സത്യമാണ്. എനിക്ക് അക്കാര്യം പറഞ്ഞറിയിക്കാനുള്ള കഴിവോ പ്രസംഗപാടവമോ ഇല്ല. കഴിഞ്ഞ ഒമ്പതുമാസമൊഴിച്ച് ഞാൻ ജീവിച്ചതെല്ലാം സൈനികക്യാമ്പുകളിലും യുദ്ധഭൂമികളിലുമായിരുന്നു. എനിക്ക് ഏഴു വയസ്സുള്ളപ്പോൾ തുടങ്ങിയ ജീവിതമാണത്. എനിക്ക് ഭാഷാ സ്വാധീനം കുറവാണെങ്കിലും എന്റെ പ്രണയത്തിന്റെ ചരിത്രം ഞാൻ പറയാം. അപ്പോൾ എന്തു മന്ത്രവും മരുന്നും പ്രയോഗിച്ചാണ് അദ്ദേഹത്തിന്റെ മകളെ ഞാൻ സ്വന്തമാക്കിയതെന്ന് മഹാത്മാക്കളായ നിങ്ങൾക്ക് മനസ്സിലാകും.

ബ്രബാൻഷ്യോ ഇടപെട്ടു. തന്റെ മകൾ ഒട്ടും തന്റേടമില്ലാത്തവൾ, സൗമ്യ, ശാന്തശീല, അവൾ നാടുനോക്കാതെ, കുടുംബം നോക്കാതെ, പ്രായം നോക്കാതെ, സ്വഭാവം നോക്കാതെ കാഴ്ചയിൽത്തന്നെ ഭയം ജനിപ്പിക്കുന്ന ഒരാളെ പ്രണയിച്ചുവെന്നു വിശ്വസിക്കാൻ കഴിയില്ല. അതുകൊണ്ട് ഞാൻ ഉറപ്പിച്ചു പറയുന്നു, മയക്കുമരുന്നുകളും വശീകരണവിദ്യയും കൊണ്ടാണ് ഇവൻ അവളെ സ്വാധീനിച്ചത്.

അങ്ങനെ പറഞ്ഞാൽ പോരാ, ഡ്യൂക്ക് ഇടപെട്ടു. വ്യക്തമായ തെളിവുണ്ടായിരിക്കണം. ഊഹാപോഹങ്ങൾ പോരാ. അവക്കു നിയമദൃഷ്ട്യാ നിലനിൽപ്പില്ല.

ഒന്നാം സമാജികൻ ചോദിച്ചു: "ഒഥല്ലോ, നിങ്ങൾ ഈ യുവതിയെ സ്വാധീനിച്ചതു നേരായ മാർഗ്ഗത്തിലാണോ? ഹൃദയം ഹൃദയത്തോടു പ്രേമാഭ്യർത്ഥന നടത്തുന്ന രീതിയിൽ?

ഡെസ്ഡമോണയെ ഇങ്ങോട്ടു വരുത്താനും അവൾ പറയുന്നതു കേൾക്കാനും ഒഥെല്ലോ ഡ്യൂക്കിനോട് അഭ്യർത്ഥിച്ചു. ഉടൻ തന്നെ അവളെക്കൂട്ടിക്കൊണ്ടുവരാൻ രാജാവ് ആഞ്ജാപിച്ചു. അതിന് ഒഥല്ലോ അയച്ചത് തന്റെ വിശ്വസ്തനായ ഇയാഗോയെയും പരിചാരകന്മാരെയുമാണ്. അവൾ വരുന്നതുവരെയുള്ള ഇടവേളയിൽ ഒഥല്ലോക്കു പറയാനുള്ളതു പറയാൻ ഡ്യൂക്ക് ആവശ്യപ്പെട്ടു.

അവളുടെ അച്ഛനു തന്നോടു വളരെ സ്നേഹമുണ്ടായിരുന്നെന്നും

വീട്ടിൽ വിളിച്ചു തന്റെ പൂർവകഥകൾ പറയാൻ ആവശ്യപ്പെട്ടിരുന്നുവെന്നും ഒഥല്ലോ വെളിപ്പെടുത്തി. താൻ പങ്കെടുത്ത യുദ്ധങ്ങളുടെ ജയപരാജയങ്ങൾ, ഘോര ഘോരമായ സംഘട്ടനങ്ങൾ, ഇടയിൽ സംഭവിച്ച അപകടങ്ങൾ, തടവുകാരനായി പിടിക്കപ്പെട്ടതും അടിമയായി കൈമാറ്റം ചെയ്യപ്പെട്ടതുമുൾപ്പെട്ട സംഭവങ്ങൾ, എല്ലാം വിസ്തരിച്ചു കേൾപ്പിച്ചു. താൻ കണ്ട വനപ്രദേശങ്ങൾ, വലിയ വലിയ ഗുഹകൾ, പാറക്കെട്ടുകൾ, ആകാശം മുട്ടുമാറ് ഉയർന്നുനിൽക്കുന്ന പർവതശിഖരങ്ങൾ, മനുഷ്യരെ തിന്നുന്ന മനുഷ്യർ, മാറിൽ തലയുള്ള വിചിത്രമനുഷ്യർ അങ്ങനെ പലതും പറഞ്ഞു. ഇക്കഥകളെല്ലാം ഡെസ്ഡമോണയും കേൾക്കാറുണ്ടായിരുന്നു. ഇടക്കു വീട്ടുകാര്യങ്ങൾക്കായി എണീറ്റുപോയാലും അവൾ വേഗം മടങ്ങി വരുമായിരുന്നു.

അവളുടെ അമിതതാല്പര്യം കണ്ട് ഒരു ദിവസം അവൾ മാത്രമുള്ളപ്പോൾ അവളെ സന്ദർശിക്കുകയും അവളിൽ നിന്ന് തന്റെ കഥകൾ മുഴുവനും കേൾക്കാനുള്ള ഒരാഗ്രഹം സമ്പാദിക്കുകയും ചെയ്തു. താൻ അക്കഥകളെല്ലാം വീണ്ടും പറഞ്ഞു. ചെറുപ്പത്തിൽ തനിക്കുനേരിടേണ്ടി വന്ന നിർഭാഗ്യങ്ങൾ കേട്ട് അവൾ കരഞ്ഞുപോയി. അവർക്കതൊന്നും അനുഭവിക്കേണ്ടി വന്നില്ലല്ലോ എന്നാശ്വാസം കൊണ്ടു. തന്റെ ഒരു സ്നേഹിതനായിരുന്നു ഇക്കഥകളെല്ലാം പറഞ്ഞിരുന്നെങ്കിൽ അയാൾക്ക് തന്നെ സ്വാധീനിക്കാൻ കഴിയുമായിരുന്നെന്ന് അവൾ പറഞ്ഞപ്പോൾ പരോക്ഷമായി അവൾ തന്നെ സ്നേഹിക്കുന്നുണ്ടെന്നു വ്യക്തമായി. ഞാനും അവളെ സ്നേഹിക്കുന്നുണ്ടായിരുന്നു. ഇതു മാത്രമാണ് ഞാൻ പ്രയോഗിച്ച മാന്ത്രികവിദ്യ.

തന്റെ മകളായാലും ഇങ്ങനെയൊരു കഥ കേട്ടാൽ സ്വാധീനിക്കപ്പെട്ടുപോയേക്കാമെന്നു ഡ്യൂക്ക് പറഞ്ഞു. അന്നേരം ഡെസ്ഡമോണ കടന്നുവന്നു. അവിടെയിരിക്കുന്നവരിൽ ആരെയാണ് അവൾ കൂടുതൽ അനുസരിക്കേണ്ടതെന്ന പിതാവിന്റെ ചോദ്യത്തിന് അവൾ പറഞ്ഞു:

“എന്റെ ബഹുമാന്യനായ പിതാവേ, എന്റെ ജീവിതത്തിനും ശിക്ഷണത്തിനും ഞാൻ അങ്ങയോടു കടപ്പെട്ടിരിക്കുന്നു. അച്ഛനെന്ന നിലയിൽ എനിക്ക് അങ്ങയോടു അനുസരണയും ബഹുമാനവുമുണ്ട്. അത്രത്തോളം മാത്രം ഞാൻ അങ്ങയുടെ മകളാകുന്നു. എന്നാൽ ഈ നിൽക്കുന്ന എന്റെ ഭർത്താവിനോട് എനിക്കുള്ള കടമ എന്റെ അമ്മക്ക് അവരുടെ അച്ഛനേക്കാൾ അങ്ങയോടുണ്ടായിരുന്ന കടമ എന്നെ ഓർമ്മപ്പെടുത്തുന്നു. ആ അനുസരണം എന്റെ ഭർത്താവായ ഈ മൂറിനോട് എനിക്കുണ്ട്. ഞാൻ അദ്ദേഹത്തോട് കടപ്പെട്ടവളാണ്.”

ബ്രബാൻഷ്യോക്ക് അതുകേട്ടപ്പോൾ മതിയായി. ദൈവംരക്ഷ, തനിക്കിനിയൊന്നും പറയാനില്ല. വേണ്ടാ, ഇവളെ തനിക്കു തിരിച്ചുവേണ്ടാ, മറ്റൊരു കുട്ടിയെ ദത്തെടുക്കുന്നതാണു ഭേദം. അയാൾക്ക് അധീനയായ ഇവളെ താൻ ഈ മൂറിനു ഹൃദയപൂർവം നൽകുന്നു. അങ്ങനെയൊരു സ്വാധീനമില്ലായിരുന്നെങ്കിൽ താൻ അവളെ അയാളിൽ നിന്നകറ്റുമായിരുന്നു. തനിക്കു മറ്റൊരു മകളില്ലാത്തതിൽ സന്തോഷമേ ഉള്ളൂ. ഉണ്ടായിരുന്നെങ്കിൽ അവൾ ഇവളെപ്പോലെ ആകാതിരിക്കാൻ വേണ്ട കരുതലുകൾ താൻ ചെയ്യുമായിരുന്നു. തനിക്കിനിയൊന്നും പറയാനില്ലെന്ന് ബ്രബാൻഷ്യൊ പറഞ്ഞു.

പ്രേമബന്ധിതരായ ഈ ദമ്പതികളോട് അങ്ങേക്കു സ്നേഹമുണ്ടാക്കാൻ താനും ശ്രമിക്കാമെന്നു ഡ്യൂക്ക് പറഞ്ഞു. പ്രതിവിധിയില്ലാതാകുമ്പോൾ ദുഃഖം അവസാനിപ്പിക്കുകയാണുത്തമം. ദുഃഖം നഷ്ടപ്പെട്ടതിനെ കൂടുതൽ നഷ്ടത്തിലേക്കാണു നയിക്കുക. അതു താൻ തന്നെത്തന്നെ ചൂഷണം ചെയ്യുന്ന അവസ്ഥ ഉണ്ടാക്കും. നഷ്ടം സംഭവിച്ചയാൾ അതു സഹിച്ച് സന്തോഷവാനായി ഇരിക്കണം.

അതിന്റെ അർത്ഥം തുർക്കികൾ സൈപ്രസ് കൈവശപ്പെടുത്തുമ്പോൾ നാം സന്തോഷവാന്മാരായിരുന്നാൽ മതിയെന്നാണോ, ബ്രബാൻഷ്യൊ ചോദിച്ചു. നഷ്ടം വരാത്തവർക്ക് അതൊക്കെ പറയാം. നഷ്ടം സഹിക്കുന്നവർ അതുകൂടാതെ ഈ ഉപദേശങ്ങൾ കൂടി സഹിക്കേണ്ടിവരുന്നു. വേണ്ടാ, തിരുമനസ്സേ, നമുക്കു രാജ്യകാര്യങ്ങൾ ആലോചിക്കാം.

ഡ്യൂക്ക് ഉടൻതന്നെ സൈപ്രസ്സിന്റെ പ്രശ്നത്തിലേക്കു കടന്നു. തുർക്കികളെ നേരിടാൻ അവിടെ നമുക്കു ചുമതലപ്പെട്ടവരുണ്ടെങ്കിലും, ഒഥെല്ലോ, താങ്കളുടെ സാന്നിദ്ധ്യം അവിടെ ആവശ്യമാണെന്ന അഭിപ്രായമാണ് എല്ലാവർക്കുമുള്ളത്. അതുകൊണ്ട് വിവാഹാനുഭൂതികളിൽ നിന്നു തൽക്കാലം വിമുക്തനായി താങ്കൾ യുദ്ധഭൂമിയുടെ കാഠിന്യത്തിലേക്കുനീങ്ങണം.

കഠിനമായവ ശീലിച്ചുപോയ ഒഥല്ലോക്ക് സൈപ്രസ് യുദ്ധത്തിന്റെ ചുമതലയേൽക്കാൻ സമ്മതമായിരുന്നു. താൻ പോയിക്കഴിഞ്ഞാൽ തന്റെ ഭാര്യക്കു താമസിക്കാൻ അവളുടെ നിലയും വിലയുമനുസരിച്ചുള്ള താമസസൗകര്യം ഏർപ്പാടാക്കണം. അവർ അവളുടെ അച്ഛന്റെ കൂടെ താമസിക്കാൻ ഡ്യൂക്ക് നിർദ്ദേശിച്ചെങ്കിലും ബ്രബാൻഷ്യോക്ക് അതിഷ്ടമല്ലായിരുന്നു. തങ്ങൾക്കും അത് സമ്മതമല്ലെന്ന് ഒഥെല്ലോയും ഡെസ്ഡമോണയും പറഞ്ഞു.

ഡെസ്ഡിമോണ : "ഞാൻ സൗഭാഗ്യജീവിതം ഉപേക്ഷിച്ചതും പ്രണ

യസാഫല്യത്തിനു മറ്റൊരു വഴി തേടിയതും ഒഥെല്ലോയോടൊപ്പം ജീവിക്കാനാണ്. എന്റെ ഹൃദയം അദ്ദേഹത്തിന്റെ സ്നേഹത്തിനു തികച്ചും വഴങ്ങിക്കഴിഞ്ഞു. ആന്തരികമായ കഴിവുകളിലാണ് ആ മുഖസൗന്ദര്യം ഞാൻ ദർശിച്ചത്. ആ ധീരതക്കും ആത്മാഭിമാനത്തിനും മുമ്പിൽ എന്റെ ജീവനും ജീവിതസൗഖ്യങ്ങളും ഞാൻ അർപ്പിച്ചുകഴിഞ്ഞു. ബഹുമാന്യരായ പ്രഭുക്കന്മാരേ, അദ്ദേഹം അവിടെ യുദ്ധം ചെയ്യുമ്പോൾ ഞാനൊരു പൂമ്പാറ്റയെപ്പോലെ ഇവിടെ കഴിയുക സങ്കടമാണ്. ഞാൻ അദ്ദേഹത്തെ സ്നേഹിക്കാൻ കാരണമായ കാര്യങ്ങളിൽ നിന്ന് എന്നെ അകറ്റിനിർത്തുകയാണ്. അതുകൊണ്ട് എന്നെ ഇവിടെ ദുഃഖിച്ചിരുത്താതെ അദ്ദേഹത്തോടൊപ്പം പോകാൻ അനുവദിക്കണം."

ഒഥെല്ലോ : "ഗുരുക്കന്മാരെ, ഡെസ്ഡമോണയുടെ അഭീഷ്ടം സാധിച്ചുകൊടുക്കണമെന്നു ഞാൻ അഭ്യർത്ഥിക്കുന്നു. കാമാന്ധമായ തീക്ഷ്ണയൗവനം കഴിഞ്ഞ ഞാൻ വികാരാവേശം കൊണ്ട് അഭ്യർത്ഥിക്കുന്നതല്ല. എന്റെ കൂടെ വരുന്നത് അവളുടെ മാനസിക സംതൃപ്തിക്ക് ആവശ്യമാണെന്നു ഞാൻ കരുതുന്നു. അവൾ വന്നാൽ ഞാൻ എന്റെ കർത്തവ്യങ്ങളിൽ നിന്ന് വ്യതിചലിക്കുമെന്നു സംശയിക്കേണ്ടാ. അങ്ങനെ പ്രേമചാപല്യങ്ങൾക്കോ വികാരങ്ങൾക്കോ എന്റെ കർത്തവ്യങ്ങളെ കീഴ്പ്പെടുത്താൻ സാദ്ധ്യമല്ല."

ഡെസ്ഡമോണ ഇവിടെ താമസിക്കുകയോ കൂടെ വരികയോ എന്താണ് വേണ്ടതെന്ന് ഒഥെല്ലോ തന്നെ തീരുമാനിക്കട്ടെ എന്നു ഡ്യൂക്ക് കൽപ്പിച്ചു. അയാൾ ഈ രാത്രി തന്നെ സൈപ്രസിലേക്കു പോകേണ്ടതു രാജ്യത്തിന്റെ ആവശ്യമായിരിക്കുന്നു. കുറച്ച് ആലോചിച്ചശേഷം ഒഥെല്ലോ അന്നുതന്നെ പുറപ്പെടാനും ഡെസ്ഡമോണയെ അയാളുടെ വിശ്വസ്തനായ ഇയാഗോയുടെയും ഭാര്യ എമിലിയായുടെയും സംരക്ഷണത്തിൽ നിർത്താനും തീരുമാനിച്ചു. അവർക്ക് അയാൾക്കു പിന്നാലെ സൈപ്രസിലേക്കു പോകാം. ആ വിവരം ഒഥെല്ലോ ഡ്യൂക്കിനെ അറിയിച്ചു. സഭ പിരിഞ്ഞു. പോകാൻ നേരം ബ്രബാൻഷ്യോ ഒഥെല്ലോയോടു പറഞ്ഞു: അവളെ നിങ്ങൾ നന്നായി സൂക്ഷിക്കണം. സ്വന്തം പിതാവിനെ ചതിച്ചവൾ നിങ്ങളെയും ചതിച്ചുകൂടെന്നില്ല."

ഒഥെല്ലോ പറഞ്ഞു : "അവളുടെ പരിശുദ്ധിയിൽ എനിക്കൊരു സംശയവുമില്ല. അതിനുവേണ്ടി ജീവൻ പണയം വെക്കും ഞാൻ."

മറ്റെല്ലാവരും പോയി റോഡറിഗൊയും ഇയാഗോയും മാത്രമായപ്പോൾ അവർ രഹസ്യസംഭാഷണത്തിൽ ഏർപ്പെട്ടു. ഇനി തനിക്കു മുങ്ങിച്ചാവുകയേ ഗതിയുള്ളൂവെന്നു നിരാശനായ റോഡറിഗൊ പറയുന്നു. അവൾ

പോയി, അവളെ ഇനി ഒരിക്കലും തനിക്കുകിട്ടുകയില്ല.

"നിരാശപ്പെടാതിരിക്ക്" ഇയാഗോ പറഞ്ഞു. "ഞാൻ ലോകത്തെ അറിയാൻ തുടങ്ങിയിട്ട് ഇരുപത്തെട്ടുവർഷമായി. ഇന്നുവരെ സ്വയം സ്നേഹിക്കാൻ കഴിവുള്ള ഒരാളെ കണ്ടിട്ടില്ല." ഇയാഗോ തുടർന്നു. " നാം എന്താകണോ അതിനുള്ള കഴിവു നമ്മളിൽത്തന്നെയുണ്ട്. ശരീരം ഉദ്യാനമാണെങ്കിൽ ഉദ്യാനപാലകൻ ഇച്ഛാശക്തിയാകുന്നു. പൂന്തോട്ടത്തിൽ ഏതു ചെടി നടണമെന്നും അതിനെന്ത് വളം ചെയ്യണമെന്നും ഉദ്യാനപാലകൻ തീരുമാനിക്കുന്നു. അപ്പോൾ നമ്മുടെ ഇച്ഛാശക്തിയാണ് നമ്മളെന്താകണമെന്ന് തീരുമാനിക്കുന്നത്. യുക്തിയും അഭിലാഷങ്ങളുമാണ് ജീവിതമാകുന്ന ത്രാസിന്റെ രണ്ടുതട്ടുകൾ. യുക്തിചിന്ത നമ്മുടെ വികാരങ്ങളെ നിയന്ത്രിക്കുന്നു. വിഷയാസക്തിയെ പരിമിതപ്പെടുത്തുന്നു. വിഷയാസക്തി തന്നെയാണ് പ്രേമമെന്നു പറയുന്നത്.

സ്വയം മുങ്ങി മരിക്കുന്നതിനെക്കുറിച്ചാലോചിക്കാതെ ഒരു മനുഷ്യനാകാൻ ശ്രമിക്കുവാൻ ഇയാഗൊ റോഡറിഗോയെ ഉപദേശിക്കുന്നു. അവന്റെ ആഗ്രഹം സാധിപ്പിക്കാൻ പണസഞ്ചിയിൽ പണമുണ്ടായിരിക്കണം. ഇയാഗൊ അതുപലവട്ടം ആവർത്തിക്കുന്നുണ്ട്. ഒഥല്ലൊയോട് ഉള്ളിൽ അയാൾക്കു വെറുപ്പാണെന്നാവർത്തിക്കുന്നു. എന്റെ വിദ്വേഷവും നിന്റെ ആഗ്രഹവുമായി പൊരുത്തപ്പെടുന്നുണ്ട്. അവനെ ഒരു വേശ്യയുടെ ഭർത്താവാക്കാൻ കഴിഞ്ഞാൽ കാര്യം നേടും. കാലം എന്തൊക്കെയോ കരുതിവെച്ചിട്ടുണ്ട്. നീ സഞ്ചിയിൽ പണം നിറക്ക്.

യുദ്ധകാര്യത്തിനു നീ കൂടി ഞങ്ങളോടൊപ്പം സൈപ്രസിലേക്കു വരണം. കൃത്രിമമായ മീശയും താടിയും വെക്കണം. അധികകാലം മൂറിനെ സ്നേഹിക്കാൻ ഡെസ്ഡമോണക്കു കഴിയില്ല. ഒഥെല്ലോക്കു അവളെ സ്നേഹിക്കാനും പ്രയാസമാണ്. ഒരു വലിയ കുഴപ്പത്തിൽ ആരംഭിച്ച പ്രേമം മറ്റൊരു കുഴപ്പത്തിൽ അവസാനിക്കും. ഈ കറുത്ത മൂറിന്റെ വർഗ്ഗക്കാർ അഭിപ്രായ സ്ഥിരത ഇല്ലാത്തവരാണ്. ഈ മധുരമെല്ലാം പ്രായേണ കയ്പായിമാറും. അവൾക്കും അവനെ മടുക്കും. ഈ വെനീസുകാരി വെളുത്ത പെണ്ണും ആ കാട്ടുജാതി കറുത്ത കാപ്പിരിയും തമ്മിലുള്ള പ്രേമത്തിന് എന്റെ തന്ത്രപരമായ നീക്കങ്ങളെ അതിജീവിക്കാൻ കഴിയുകയില്ല. എന്റെ മാത്രമല്ല ചെകുത്താന്റെ തന്ത്രങ്ങളും ഞാൻ പ്രയോഗിക്കും. പണം കരുതിക്കോ. നിനക്കവളെ നിന്റെ ഇച്ഛക്കൊത്ത് ആസ്വദിക്കാൻ കഴിയും.

സ്വയം മരിക്കുന്നതിനേക്കാൾ എത്രയോ നല്ലതാണ് കഴുമരത്തിൽ മരിക്കുന്നത്. നിന്റെ ആഗ്രഹം പൂർത്തീകരിച്ചതിനുശേഷം കിട്ടുന്ന ശിക്ഷ

യാണല്ലോ അതെന്നു നിനക്കാശ്വസിക്കാം. നിന്റെയും എന്റെയും ലക്ഷ്യങ്ങൾ പരസ്പരം ബന്ധപ്പെട്ടിരിക്കുകയാൽ എനിക്കതിൽ സന്തോഷമുണ്ട്.

തുടർന്നുള്ള ആസൂത്രണത്തിന് ഇയാഗോയെ രാവിലെ കാണാൻ സമ്മതിച്ചുകൊണ്ട് റോഡറിഗൊ വിടവാങ്ങുന്നു.

തനിച്ചായപ്പോൾ ഇയാഗൊ ആത്മഗതം ചെയ്യുന്നു. തന്റെ മനസ്സിലെ ദുഷ്ടത മുഴുവൻ വെളിപ്പെടുത്തുകയാണയാൾ. അയാൾ ഒഥെല്ലോയെ വെറുക്കാൻ ഒരു കാരണം ഒഥെല്ലോ അയാളുടെ ഭാര്യയുടെ ജാരനായിരുന്നെന്ന സംശയമാണ്. അയാൾക്കതിനു തെളിവൊന്നുമില്ല. ഒഥെല്ലോക്ക് അയാളെ ഇഷ്ടമായതിനാൽ അയാളുടെ ഗൂഢപദ്ധതി നടപ്പാവും.

സുമുഖനായ കാസ്സിയോയെ കെണിയിൽ വീഴ്ത്താനാണു പരിപാടി. കാസ്സിയോയുടെ സ്ഥാനം ഇയാഗോക്കു കിട്ടണം. ഇരട്ടവഞ്ചന. എങ്ങനെയെന്നോ? കുറച്ചു കഴിയട്ടെ. കാസ്സിയോ ഡെസ്ഡിമോണയുടെ കാമുകനാണെന്നും അവർ വളരെ അടുപ്പത്തിലാണെന്നും ഒഥെല്ലോയെ ധരിപ്പിക്കണം. അവന്റെ സൗന്ദര്യവും ആകാരവും സ്ത്രീകളെ ആകർഷിക്കുന്നതാണ്. താൻ വിശ്വസ്തനായതുകൊണ്ട് ശുദ്ധഹൃദയനായ ഒഥെല്ലോ താൻ പറയുന്നതു വിശ്വസിച്ചുകൊള്ളും.

നാല്

(Act II, Scene 4)

സൈപ്രസ് ശാന്തമായിരുന്നെങ്കിലും അതിനെ ചുറ്റുന്ന കടൽ ഇള കിമറിയുകയാണ്. കൊടുങ്കാറ്റിൽ മലകൾ പോലെ ഉയരുന്ന തിരമാല കൾ ആക്രമിക്കുക കാരണം തീരദേശവാസികൾ ഒഴിഞ്ഞുപോയി. ഗവർണർ മൊണ്ടാനോ അസ്വസ്ഥനാണ്. പുതിയ ഗവർണറായി സൈന്യാധിപൻ ഒഥല്ലോ വരുന്നുവെന്ന വിവരം കിട്ടിയെങ്കിലും അയാൾ വന്നു ചേർന്നിട്ടില്ല. കടൽ പ്രക്ഷുബ്ധമാണ്. സമുദ്രദേവൻ ഇത്രയും കോപിച്ച ഒരവസരം മുമ്പുണ്ടായിട്ടില്ല. സൈപ്രസ് ആക്രമിക്കാൻ വന്ന തുർക്കികളുടെ പടക്കപ്പലുകൾ നടുക്കടലിൽ കൊടുങ്കാറ്റിൽ പെട്ടു താറു മാറായി. പലതും മുങ്ങി.

സംഭവിക്കുന്നതെന്താണെന്നറിയാൻ ചില പൗരന്മാരോടൊപ്പം തുറ മുഖത്തിനു സമീപം നിൽക്കുകയാണു ഗവർണർ മൊണ്ടാനോ. കൊടു ങ്കാറ്റും പേമാരിയും കാരണം കടലിൽ കപ്പലുകളെ ഒന്നും കാണാൻ കഴിയുന്നില്ലെന്ന് ഒരു പൗരൻ മൊണ്ടാനയെ അറിയിച്ചു. അപ്പോൾ വേറൊരു പൗരൻ വന്നറിയിച്ചു, തുർക്കി കപ്പൽ പടയുടെ നാശം വെനീ സിൽ നിന്നുവന്ന ഒരു കപ്പലിലുള്ളവർ കണ്ടെന്ന്. ഇനി യുദ്ധത്തിന്റെ ആവശ്യമുണ്ടാവുകയില്ല.

ആദ്യം പുറപ്പെട്ട ഒഥെല്ലോയുടെ കപ്പൽ വന്നുചേരും മുമ്പേ കാസി യോയുടെ കപ്പൽ വന്നുചേർന്നു. പുറകെ ഇയാഗൊയും ഡെസ്ഡമോ ണയും വന്നെത്തി. കൊടുങ്കാറ്റിൽ തന്റെ കപ്പൽ ഇയാഗൊയുടെ കപ്പ ലിൽ നിന്ന് അകന്നു പോയതായി കാസ്സിയോ അറിയിച്ചു. ഒഥെല്ലോ വിവാഹം കഴിച്ചോ എന്ന മൊണ്ടാനയുടെ ചോദ്യത്തിന് കാസ്സിയോ പറ ഞ്ഞത് സൈപ്രസിലെ ഏറ്റവും സുന്ദരിയും സുശീലയുമായ കന്യകയെ വേട്ടുവെന്നാണ്. അവളൊരു സൗന്ദര്യദേവതയാണ്. ആ സൗന്ദര്യത്തെ വർണിക്കാൻ കഴിവുറ്റ കവികൾക്കുപോലും സാദ്ധ്യമല്ല!

ഇയാഗോയുടെ കപ്പൽ വന്നെന്നു കേട്ടപ്പോൾ കാസ്സിയോ നന്ദി പറ

ഞ്ഞതു ഡെസ്ഡിമോണക്കാണ്. നാശകാരികളായ കടൽത്തിരകൾ പോലും ആ അഭൗമസൗന്ദര്യം കണ്ടു വഴി മാറിയിരിക്കാം!

അതാ അവൾ വരുന്നു. ആ അനർഘരത്നം സൈപ്രസ് ദ്വീപിനെ തേജോമയമാക്കാൻ. ഈ ദേവതയെ പൂജിക്കൂ, സൈപ്രസ് നിവാസികളേ!

ഡെസ്ഡമോണയും എമിലിയയും ഇയാഗോയോടു കൂടെ വന്നെത്തിയപ്പോൾ അവർക്കു സ്വാഗതമോതിയ കാസ്സിയോ എമിലിയയെ ചുംബിച്ചു. താൻ ഒരു പരിഷ്കൃതനായതുകൊണ്ടാണ് അങ്ങനെ ചെയ്തതെന്ന് അയാൾ ഇയാഗോയോടു പറഞ്ഞു. ഇയാഗോ തമാശമട്ടിൽ പ്രതികരിച്ചു. തനിക്ക് അവളുടെ നാവു മാത്രമേ ലഭിക്കാറുള്ളൂ. അധരങ്ങൾ നിങ്ങൾക്കു കിട്ടിയെങ്കിൽ തൃപ്തിയായിക്കോളൂ!

എമിലിയയെ കളിയാക്കുന്നത് ഡെസ്ഡമോണക്കിഷ്ടപ്പെട്ടില്ല. എമിലിയ മിണ്ടാപ്രാണിയാണെന്നു പറഞ്ഞതിനെ ഇയാഗോ നിഷേധിച്ചു. കിടക്കയിൽ ഉറക്കം വന്നുകിടക്കുമ്പോൾ പോലും തന്നെ ശകാരിക്കുന്ന വായാടിയാണവൾ. ഇപ്പോൾ അവളുടെ നീണ്ട നാവു ഹൃദയത്തിൽ തൊട്ട് ഏതോ ചിന്തയിൽ വീണിരിക്കുകയാണ്. അതുകേട്ട് എമിലിയ പ്രതിഷേധിച്ചു. അപ്പോൾ ഇയാഗോ അവളെ മാത്രമല്ല സ്ത്രീകളെ മുഴുവനും പരിഹസിക്കാൻ തുടങ്ങി. അവർ വീടിനു പുറത്തുപോകുമ്പോൾ ചായം പൂശും, മണിയറയിൽ മധുരം മൊഴിയും. വേലക്കാരോടു കാട്ടുപൂച്ചകളെപോലെ പെരുമാറുന്ന നിങ്ങൾ മറ്റുള്ളവരെ ഉപദേശിക്കാൻ വരും. മറ്റുള്ളവരെ ഉപദ്രവിക്കാൻ മടിയില്ല. സ്വയം ഉപദ്രവിക്കപ്പെട്ടാൽ ക്രുദ്ധരാവും.

ഇയാഗോ ഒരു ദോഷൈകദൃക്കാണെന്ന് ഡെസ്ഡമോണ പറഞ്ഞത് ഇവിടെ ഭാവിയിലേക്കുള്ള ഒരു സൂചനയായിത്തീരുന്നു. ഒഥെല്ലോ വന്നെത്താൻ താമസിക്കുന്നതിലായിരുന്നു ഡെസ്ഡമോണയുടെ വിഷമം മുഴുവനും. ഇയാഗോയുടെ പരിഹാസത്തെ സ്ത്രീകൾ എതിർത്തെങ്കിലും കാസ്സിയോ അയാളെ ന്യായീകരിക്കുകയായിരുന്നു. അയാൾ പണ്ഡിതനാണെങ്കിലും അയാളിലെ പട്ടാളക്കാരനെയാണു താനിഷ്ടപ്പെടന്നത്.

ഡെസ്ഡമോണയുടെ കരം ഗ്രഹിച്ചുകൊണ്ട് കാസ്സിയോ അവളോടു സംസാരിക്കുന്നത് കണ്ടപ്പോൾ ദുഷ്ടനായ ഇയാഗോ തന്റെ മനസ്സിൽ ചില ആലോചനകൾ നടത്തി. അവൻ അവളുടെ വളരെ അടുത്തു നിന്നു പതുക്കെ ചെവിയിലെന്തോ പറയുന്നു. ഇതുമതി തനിക്കവളെ കുടുക്കാൻ. നോക്കൂ അവൻ എത്ര സന്തോഷത്തോടെയാണു മന്ദഹസിക്കു

ന്നത്! അവന്റെ ലെഫ്റ്റനന്റ് ജോലി ഞാൻ നഷ്ടപ്പെടുത്തും.

ആർഭാടകരമായ ഔദ്യോഗിക സ്വീകരണമേറ്റു വാങ്ങി സൈന്യാധിപനും സൈപ്രസിലെ പുതിയ ഗവർണറുമായ ഒഥെല്ലോ വന്നു. കടലിൽ അയാൾക്കൊന്നും സംഭവിക്കല്ലേ എന്നു പ്രാർത്ഥിച്ചുകൊണ്ടിരുന്ന ഡെസഡമോണക്കും കൂട്ടർക്കും സന്തോഷമായി.

ഒഥെല്ലോ പറഞ്ഞു: എനിക്കുശേഷം പുറപ്പെട്ടവർ എനിക്കു മുമ്പേ വന്നത് അത്ഭുതകരമായിരിക്കുന്നു. ഇങ്ങനെയുള്ള സന്തോഷകരമായ അത്ഭുതങ്ങൾ സൃഷ്ടിക്കപ്പെടുമെങ്കിൽ കൊടുങ്കാറ്റുകളും സ്വാഗതാർഹമാകും.

പരസ്പരം ചുംബിച്ചശേഷം ഒഥെല്ലോ ഭാര്യയേയും കൂട്ടി തന്റെ ഔദ്യോഗികവസതിയിലേക്കു പോയി. തന്റെ പെട്ടികൾ കപ്പലിൽ നിന്നു വീട്ടിലെത്തിക്കാൻ ഇയാഗോയോട് ആവശ്യപ്പെട്ടു. മറ്റെല്ലാവരും പോയിക്കഴിഞ്ഞപ്പോൾ വെനീസ്സിൽ നിന്നുവന്ന റോഡറിഗോയോടു പറഞ്ഞു ഡെസഡമോണക്ക് കാസ്സിയോയോടു പ്രേമമാണെന്ന്. അവൾ ആ മൂറിനെ സ്നേഹിച്ചത് അവന്റെ വീരപരാക്രമങ്ങൾ കേട്ടിട്ടാണ്. ആ പ്രേമം നീണ്ടുനിൽക്കുകയില്ല. ആ കാപ്പിരിയെ അവൾക്കു താമസിയാതെ മടുക്കും. അപ്പോൾ കാണാൻ കൊള്ളാവുന്ന ആരെങ്കിലും വേണ്ടിവരും അവൾക്ക്. രൂപംകൊണ്ടും പ്രായംകൊണ്ടും പെരുമാറ്റംകൊണ്ടു അവൾക്കിഷ്ടപ്പെടുന്നതു കാസ്സിയോ അല്ലാതെ മറ്റാരാണ്? അവൻ നേരും നെറിയും ഇല്ലാത്തവനും സ്വന്തം കാര്യസാദ്ധ്യത്തിനായി എന്തും ചെയ്യുന്നവനുമാണ്. കാഴ്ചയിൽ സുന്ദരനായത് ഒരനുഗ്രഹമാകുന്നു അവന്, അവൾക്ക് അവനെ ഇഷ്ടപ്പെടുകയും ചെയ്യും.

അവൾ സ്വഭാവശുദ്ധി ഉള്ളവളാകയാൽ അങ്ങനെ സംഭവിക്കുകയില്ലെന്നു റോഡറിഗൊ പറഞ്ഞു. ഇയാഗൊ എതിർത്തു. കാമത്തിനു സ്വഭാവശുദ്ധിയെ മറികടക്കാൻ കഴിയും. കാസ്സിയോ ഡെസ്ഡമോണയെ പ്രേമിക്കുമെന്നത് അയാൾക്കു തീർച്ചയുണ്ട്.

അന്നു രാത്രി കാസ്സിയോക്കു കാവൽ ഡ്യൂട്ടിയുള്ളപ്പോൾ റോഡറിഗൊ അടുത്തുണ്ടായിരിക്കണം. റോഡറിഗോയെ കാസ്സിയോക്കു പരിചയമില്ല. അതു പ്രശ്നമല്ല. കാരണം ഇയാഗൊ കൂടെ വരും. റോഡറിഗൊ കാസ്സിയോയെ പ്രകോപിപ്പിക്കണം. പെട്ടെന്നു ദേഷ്യം വരുന്ന ആളായതുകൊണ്ട് അയാൾ അടിച്ചെന്നിരിക്കും. അങ്ങനെ അയാൾ ചെയ്താൽ ഞാൻ സൈപ്രസ് നിവാസികളെ അയാൾക്കെതിരായി തിരിച്ചുവിടും. അതാണു വിദ്യ.

റോഡറിഗോ പോയിക്കഴിഞ്ഞപ്പോൾ ആത്മഗതത്തിലൂടെ തന്റെ ദുഷ്ട

മനസ്സിനെ തുറന്നു കാണിക്കുന്നു ഇയാഗോ. അയാൾക്കു മൂറിനോടു വിരോധം തോന്നാൻ കാരണം മൂർ അയാളുടെ ഭാര്യയെ ഉപയോഗിച്ചിട്ടുണ്ടെന്നുള്ള സംശയമാണ്. പകവീട്ടാൻ മൂറിന്റെ ഭാര്യയെ അയാൾ ഉപയോഗിക്കും.

ഭാര്യക്കു ഭാര്യ!

ആ സംശയം ഇയാഗോക്കു കാസ്സിയോയുടെ കാര്യത്തിലുമുണ്ട്. അയാൾ തന്റെ ഭാര്യയെ ഉപയോഗിച്ചിട്ടില്ലേ? ഉണ്ടാവും. അപ്പോൾ പകരം വീട്ടേണ്ടതു രണ്ടാളോടുമാണ്.

അഞ്ച്

(Act II, Scene 2)

ഗവർണർ സ്ഥാനമേറ്റ ഒഥെല്ലോ ആദ്യമായി പുറപ്പെടുവിച്ച വിളംബരം ഒരാൾ തെരുവിലൂടെ നടന്ന് ഉറക്കെ വായിക്കുന്നു. പ്രതീക്ഷിച്ച യുദ്ധം ഒഴിവായ സാഹചര്യത്തിൽ സൈപ്രസ് നിവാസികൾക്ക് അന്നേ ദിവസം ആഘോഷിക്കുകയും ആസ്വദിക്കുകയും ചെയ്യാവുന്നതാണ്. പാട്ടും നൃത്തവുമാവാം. ഒഥെല്ലോയുടെ വിവാഹാഘോഷം കൂടിയായിരിക്കുമത്. അന്നു വൈകീട്ട് അഞ്ചുമണിമുതൽ രാത്രി പതിനൊന്നു മണിവരെ ഗവർണറുടെ അരമനയിലെ ഭോജനശാലകൾ തുറന്നിരിക്കുന്നതാണ്.

ആറ്

(Act II, Scene3)

സൈപ്രസിലെ അന്നത്തെ രാത്രി കാവൽ താങ്കളാണെന്നും ആഘോഷങ്ങൾ അതിരുകടക്കാതിരിക്കാൻ ശ്രദ്ധിക്കണമെന്നും ഒഥെല്ലോ കാസ്സിയോയോട് ആജ്ഞാപിക്കുന്നു. താൻ അതിനുവേണ്ട നിർദ്ദേശങ്ങൾ തന്റെ താഴെയുള്ളവനായ ഇയാഗോക്കു നൽകിക്കഴിഞ്ഞതായി കാസ്സിയോ അറിയിച്ചു. അരമനക്കുള്ളിൽ സ്വപ്നസുന്ദരിയായ ഡെസ്ഡമോണക്കൊപ്പം മധുവിധുവിന്റെ മാധുരി നുകരുമ്പോൾ ഔദ്യോഗിക കാര്യങ്ങൾക്കൊന്നും തകരാറു സംഭവിക്കരുതെന്നു ഒഥെല്ലോയ്ക്ക് നിർബന്ധമുണ്ടായിരുന്നു.

കാവൽ ഡ്യൂട്ടിയുള്ള കാസ്സി യോായെ വീഞ്ഞുകുടിപ്പിക്കാനാണ് ഇയാഗോ ശ്രമിക്കുന്നത്. അയാൾ നേരത്തേ കുറച്ചുമദ്യം കഴിച്ചിട്ടുണ്ടായിരുന്നു. ഇയാഗോ തന്നെ വീഞ്ഞു കൊടുക്കാൻ ഏർപ്പെടുത്തിയ രണ്ടു പേരിൽ നിന്ന് അയാളുടെ നിർബന്ധപ്രകാരം കാസ്സിയോ വീഞ്ഞുവാങ്ങിക്കഴിച്ചു. ഇയാഗോയുടെ പദ്ധതിയൊന്നുമറിയാതെയാണ് കാസ്സിയോ കുടിക്കുന്നത്. കുറച്ചുകഴിച്ചാൽ മതിയെന്നു കാസ്സിയോയുടെ കൂടെവന്ന മൊണ്ടാന താക്കീതു നൽകുന്നുണ്ടെങ്കിലും പാത്രത്തിൽ വീണ്ടും വീണ്ടും ഒഴിച്ചുകൊടുക്കാൻ പരിചാരകരോടു പറയുന്നു ഇയാഗോ. അയാൾ കുടിച്ചിട്ടു പാടുന്നു:

കിടുക്കുകകിടുക്കുക പാത്രങ്ങൾ
കിടുക്കുകകിടുക്കുക പാത്രങ്ങൾ
സൈനികരെല്ലാം മനുഷ്യരല്ലോ
മനുഷ്യർക്കായുസ്സുകുറവല്ലോ
കുടിക്കുകകുടിക്കുകകുടിക്കുക വീഞ്ഞ്
വീഞ്ഞ്... വീഞ്ഞ്... കുട്ടികളെ...

കാസ്സിയോ - ഇതു നല്ല പാട്ടാണല്ലോ ഇയാഗോ - ഞാനിത് ഇംഗ്ലണ്ടിൽനിന്നു പഠിച്ചതാ. അവർ കുടിയുടെ വല്യാശാന്മാരാണ്. നിങ്ങളുടെ

ഡെന്മാർക്കുകാരനും ജർമ്മൻകാരനും കുടവയറൻ ഹോളണ്ടുകാരനും കുടിയിൽ ഇംഗ്ലീഷുകാരന്റെ അടുത്ത് വരില്ല... കുടിക്കു... കുടിക്കൂ...

കാസ്സിയോ: അത്രക്കു വലിയ കുടിയന്മാരാണോ ഇംഗ്ലീഷുകാർ?

ഇയാഗോ : ഇംഗ്ലീഷുകാരൻ തഞ്ചത്തിലിരുന്നാണു കുടിക്കുക. ഡന്മാർക്കുകാരൻ കുടിച്ചു കിറുങ്ങിയാലും ഇംഗ്ലീഷുകാരൻ കുടിച്ചുകൊണ്ടിരിക്കും. ഒട്ടും വിയർക്കാതെ ജർമ്മൻ കാരനെ തോല്പിക്കും. കോപ്പ വീണ്ടും നിറക്കുന്നതിനുമുമ്പ് ഹോളണ്ടുകാരനെ ഛർദ്ദിപ്പിക്കും.

കാസ്സിയോയും മൊണ്ടാനയും അവരുടെ ഗ്ലാസ്സുകൾ ഉയർത്തി തങ്ങളുടെ ഭരണാധിപനു നല്ല ആരോഗ്യം നേരുന്നു.

ഇയാഗോ പാടുന്നു:

മധുരമധുരമാം ഇംഗ്ലണ്ട്
സ്റ്റീഫൻ നല്ലൊരു രാജാവ്
കളസം തുന്നാൻകൊടുത്ത ......
കൂടിപ്പോയെന്നു രാജാവ്.
തുന്നൽക്കാരൻ തനിമണ്ടൻ
ഉന്നതനല്ലോ രാജാവ്
നീയൊരു താണമനുഷ്യൻ തന്നെ
അഹന്തനാടിനു ദോഷകരം
എവിടെ നിന്റെ പഴഞ്ചൻകോട്ട്
എടുത്തുധരിക്കൂ പഴഞ്ചൻകോട്ട്
വീഞ്ഞുവേണം പഴയവീഞ്ഞ്
നിറച്ചുതരൂ പഴയവീഞ്ഞ്....

കാസ്സിയോ : ഈ പാട്ടു മറ്റേ പാട്ടിനേക്കാൾ നന്നായി.

ഇയാഗോ : പാട്ട് ഒന്നുകൂടി കേൾക്കണോ?

കാസ്സിയോ : വേണ്ട, കാരണം ഇതെല്ലാം എന്റെ പദവിക്കു യോജിച്ചതല്ല.

തുടർന്നു ക്രമവിരുദ്ധമായ രീതിയിൽ കാസ്സിയോ സംസാരിക്കാൻ തുടങ്ങിയപ്പോൾ അയാൾ ലഹരിക്കടിമപ്പെട്ടുവെന്ന് ഇയാഗോ മനസ്സിലാക്കി. കാസ്സിയോ പോയിക്കഴിഞ്ഞിരുന്നു. മൊണ്ടാനോ തന്റെ സഹപ്രവർത്തകരോട് കോട്ടക്കു മുമ്പിലേക്കു പോകണമെന്നും കാവൽ ജോലിയുള്ള സൈനികർ ഓരോരുത്തരും അവരുടെ സ്ഥാനങ്ങളിൽ നിൽക്കണമെന്നും ആവശ്യപ്പെടുന്നു.

ഇയാഗോ : ഇപ്പോൾ കുടിച്ചുകുഴഞ്ഞാടിപ്പോയ ആളുണ്ടല്ലോ അയാളെ

അറിയില്ലേ? അയാൾ മിടുക്കനാണ്, യുദ്ധത്തിൽ സീസറെ വരെ നയിക്കാൻ കഴിവുള്ളവനാണ്. പക്ഷെ സ്വയം നിയന്ത്രിക്കാനറിയില്ല. കഴിവും കഴിവുകേടും ഒരുപോലെ. പക്ഷെ അയാൾ ഒഥെല്ലോയുടെ വിശ്വസ്തനായതുകൊണ്ട് ചോദിക്കാനാരുമില്ലെന്നാണു വിചാരം. അയാൾ ഈ ദ്വീപിനെ അയാളുടെ ധിക്കാരംകൊണ്ടു കുളമാക്കുമെന്നാണ് എന്റെ പേടി.

മൊണ്ടാനോ : അയാൾ എന്നും ഇങ്ങനെയാണോ?

ഇയാഗോ : അയാൾക്കു കുടിച്ചില്ലെങ്കിൽ ഉറക്കം വരില്ല. കുടിച്ചാലിങ്ങനെ.

കാസ്സിയോയെക്കുറിച്ചു കൂടുതൽ നുണപറഞ്ഞ് മൊണ്ടാനയെ അയാൾക്കെതിരാക്കി ഇയാഗോ. വിവരം ഒഥെല്ലോയെ അറിയിക്കാമെന്നും വേണ്ട നടപടി ഉണ്ടാവുമെന്നും മൊണ്ടാനോ ഇയാഗോക്ക് ഉറപ്പു നൽകുന്നു. അതിനിടയിൽ അങ്ങോട്ടുവന്ന റോഡറിഗോയെ കാസ്സിയോയുടെ അടുത്തേക്കു പറഞ്ഞയക്കുന്നു ഇയാഗോ. പിന്നെ കേൾക്കുന്നത് ഒരു വഴക്കിന്റെ ശബ്ദമാണ്. റോഡറിഗോ പേടിച്ചോടി വരുന്നു, പുറകെ കാസ്സിയോയും. റോഡറിഗോവിനെ പരിചയമില്ലാത്ത കാസ്സിയോ അയാളൊരു തെമ്മാടിയാണെന്നു പറഞ്ഞ് അയാളെ അടിക്കുന്നു. മൊണ്ടാനോ തടയാൻ ശ്രമിച്ചപ്പോൾ അവർ തമ്മിലായി വഴക്ക്. മൊണ്ടാനയും കാസ്സിയോയും തമ്മിൽ പൊരുതുമ്പോൾ ഇയാഗോ റോഡറിഗോയെ പുറത്തുവിട്ട് സൈനികർ തമ്മിൽ യുദ്ധം നടക്കുന്നുവെന്നു വിളിച്ചുപറയാൻ ഏൽപ്പിക്കുന്നു. ഇയാഗോ തന്നെ ബഹളം കൂട്ടുകയും കൂട്ടമണി അടിക്കുകയും ചെയ്യുന്നു.

ബഹളവും മണിയടിയും കേട്ട് ഒഥെല്ലോയും ഭടന്മാരും വരുമ്പോൾ മൊണ്ടാനക്കു മുറിവേറ്റതാണ് കാണുന്നത്. കുഴപ്പത്തിനെല്ലാം കാരണം കാസ്സിയോ ആണെന്നറിഞ്ഞപ്പോൾ ഒഥെല്ലോ അയാളെ അയാളുടെ സ്ഥാനത്തുനിന്നും നീക്കി. കാസ്സിയോക്ക് ഒന്നും പറയാൻ കഴിഞ്ഞില്ല. താൻ കുടിച്ചുലക്കില്ലാത്തവനായിപ്പോയെന്നും തന്നോടു ക്ഷമിക്കണമെന്നും കാസ്സിയോ പറയുന്നെങ്കിലും ഒഥെല്ലോ അതു ശ്രദ്ധിക്കുന്നില്ല. പിന്നാലെ ഇറങ്ങിവന്ന ഡെസ്ഡമോണയെയും കൂട്ടി ഒഥെല്ലോ അകത്തുപോകുന്നു. അവർ പോയിക്കഴിഞ്ഞപ്പോൾ ഇയാഗോ സുഹൃത്തു ചമഞ്ഞ് കാസ്സിയോയെ ഉപദേശിക്കുന്നു. ഡെസ്ഡമോണയുടെ പ്രീതി സമ്പാദിക്കാനും അവളെക്കൊണ്ടു ശുപാർശ ചെയ്യിക്കാനും. അവളോടു വളരെ അനുരാഗത്തിലായ ഒഥെല്ലോ ഇപ്പോൾ അവൾ എന്തുപറഞ്ഞാലും കേൾക്കും. തന്റെ പദവി തിരിച്ചുകിട്ടാൻ വേണ്ടി എന്തുചെയ്യാനും ഒരുക്കമായിരുന്നു കാസ്സിയോ.

ഏഴ്

(Act III, Scene 1)

സൈപ്രസിലെ ആഘോഷങ്ങളുടെ ഭാഗമായി ഒരു ഗായകസംഘം അവരുടെ വാദ്യോപകരണങ്ങളുമായി കോട്ടക്കും കൊട്ടാരത്തിനും മുമ്പിൽ നിന്നു ഗാനങ്ങൾ ആലപിക്കുന്നു. കാസ്സിയോ ആവശ്യപ്പെട്ട ചില പാട്ടുകൾ അവർ പാടുന്നുണ്ട്. ജനറൽ ഒഥെല്ലോക്കു സുപ്രഭാതം നേർന്നു കൊണ്ട് ഒരു പാട്ടുപാടുന്നതിനിടയിൽ അകത്തുനിന്ന് ഒരു കൊട്ടാരസേവകൻ ഇറങ്ങിവന്നു. ജനറലിന് അവരുടെ സംഗീതം തുടർന്നു കേൾക്കാൻ താല്പര്യമില്ലെന്നും പരിപാടി നിർത്തണമെന്നും പറഞ്ഞു. അവർക്കുള്ള പണം കൊടുത്ത് അവരെ പറഞ്ഞയച്ചു.

കാസ്സിയോ കൊട്ടാരം സേവകന്റെ കൈയിൽ ഒരു സ്വർണ്ണനാണയം കൊടുത്തിട്ട് ഡെസ്ഡമോണയുടെ സഖിയായ എമിലയയേ ഒരു വിവരം ധരിപ്പിക്കണമെന്നാവശ്യപ്പെടുന്നു. കാസ്സിയോക്ക് അവളോട് ഒരു അത്യാവശ്യകാര്യം സംസാരിക്കാനുണ്ട്. ഒന്നു പുറത്തേക്കുവന്നാൽ കൊള്ളാം. അന്നേരം നേരം വെളുത്തുപോയതുകൊണ്ടു തനിക്കുറങ്ങാൻ കഴിഞ്ഞില്ലെന്ന പരാതിയുമായി ഇയാഗോ വന്നു. എമിലിയായേ താൻ പറഞ്ഞയക്കാമെന്നയാൾ ഏറ്റു. ഡെസ്ഡമോണയോട് സംസാരിക്കാൻ അവസരമുണ്ടാക്കിത്തരാമെന്നും ആ സമയത്തു ഒഥെല്ലോയെ മറ്റൊരിടത്തേക്കു കൊണ്ടുപോയ്ക്കൊള്ളാമെന്നും ഏൽക്കുന്നു. കാസ്സിയോ കാത്തുനിന്നു. അല്പം കഴിഞ്ഞ് എമിലിയ ഇറങ്ങിവന്നു.

എമിലിയ പറഞ്ഞു:

കാസ്സിയോ, താങ്കളുടെ കാര്യമിപ്പോൾ ജനറലും ഭാര്യയും കൂടി സംസാരിക്കുകയുണ്ടായി. ഡെസ്ഡമോണ താങ്കൾക്കുവേണ്ടി വാദിക്കുന്നുണ്ട്. താങ്കൾ കുത്തി മുറിവേല്പിച്ച ആൾ സൈപ്രസിലെ പ്രധാന വ്യക്തിയാണ്. അതുകൊണ്ടാണു നടപടി സ്വീകരിച്ചിരിക്കുന്നത്. പക്ഷെ അദ്ദേഹത്തിനു നിങ്ങളോടു സ്നേഹമുണ്ട്. അതുകൊണ്ട് മറ്റു ശുപാർശകൾ ആവശ്യമില്ലെന്നാണ് പറയുന്നത്.

കാസ്സിയോ : എനിക്കു നിങ്ങളോടൊരു അപേക്ഷയുണ്ട് ഡെസ്ഡമോണയോട് അല്പനേരം സംസാരിക്കാൻ അവസരമുണ്ടാക്കിത്തരണം.

എമിലിയ അതു സമ്മതിച്ചിട്ട് കാസ്സിയോയെ അകത്തേക്കു കൂട്ടിക്കൊണ്ടുപോയി.

എട്ട്

(Act III, Scene 2)

സൈപ്രസിലെ പ്രധാന പൗരന്മാർ പുതിയ ഗവർണറായ ജനറൽ ഒഥെല്ലോയെ സന്ദർശിക്കുന്നു. ഒഥെല്ലോ അവരോടു സംസാരിക്കുകയാണ്. ഇയാഗോ കൂടെ ഉണ്ട്. ഒഥെല്ലോ കുറച്ചു കത്തുകൾ കൊടുത്തിട്ട് അത് കപ്പലിലയക്കാൻ ഇയാഗോയെ പറഞ്ഞയച്ചു. അനന്തരം പൗരന്മാരോടൊപ്പം കോട്ട കാണാൻ പോകുന്നു.

ഒമ്പത്

(Act III, Scene 3)

എമിലിയ കാസ്സിയോയെ വിളിച്ചുകൊണ്ടുപോയത് കൊട്ടാരത്തിലെ പൂന്തോട്ടത്തിലേക്കാണ്. അവിടെ ഡെസ്ഡമോണ ഇരിക്കുന്നുണ്ടായിരുന്നു. കാസ്സിയോയുടെ കാര്യത്തിൽ തന്റെ ഭർത്താവായ ഇയാഗോക്കും ദുഃഖമുണ്ടെന്നും ഭവതി കാസ്സിയോ പറയുന്നതു കേൾക്കണമെന്നും എമിലിയ ഡെസ്ഡമോണയോട് അഭ്യർത്ഥിച്ചു.

കാസ്സിയോ : ഭവതി കരുണയുള്ളവളാണെന്നെനിക്കറിയാം. എന്റെ കാര്യം അറിയാമല്ലോ. ഈ മൈക്കേൽ കാസ്സിയോ എന്നും ഭവതിയോടു നന്ദിയുള്ളവനായിരിക്കും.

ഡെസ്ഡമോണ : നിങ്ങൾ എന്റെ ഭർത്താവിനോടു സ്നേഹമുള്ളവനും അദ്ദേഹത്തെ വളരെക്കാലം സേവിച്ചവനാണെന്നും എനിക്കറിയാം. നയപരമായ ഒരു കാര്യമാണ് ഇപ്പോൾ അദ്ദേഹത്തെ നിങ്ങളിൽ നിന്ന് മാറ്റി നിർത്തുന്നത്.

കാസ്സിയോ : ഭവതി അറിയണം, ആ നയം അദ്ദേഹം തുടർന്നാൽ അത് കൂടുതൽ കർശനമായിത്തീരാം. എന്റെ സ്ഥാനത്ത് വേറൊരാൾ വരാം. അപ്പോൾ അദ്ദേഹം എന്നെയും എന്റെ സേവനങ്ങളെയും മറന്നുപോയേക്കാം.

അങ്ങനെ സംഭവിക്കുകയില്ലെന്നും ഊണിലും ഉറക്കത്തിലും കാസ്സിയോയുടെ കാര്യം പറഞ്ഞ് അദ്ദേഹത്തെ താൻ ശല്യം ചെയ്യുമെന്നും എമിലിയെ സാക്ഷിയാക്കി ഡെസ്ഡമോണ കാസ്സിയോക്കു വാക്കുകൊടുത്തു. അന്നേരം ഒഥല്ലോയും ഇയാഗോയും നടന്നുവരുന്നത് എമിലിയ കണ്ടു. അവൾ അക്കാര്യം പറഞ്ഞപ്പോൾ കാസ്സിയോ പോകാൻ തുടങ്ങി.

ഡെസ്ഡമോണ എന്തിനു പോകുന്നു. നിൽക്കൂ. ഞാൻ അദ്ദേഹത്തോടു പറയുന്നതെന്താണെന്നു കേൾക്കൂ.

കാസ്സിയോ നിന്നില്ല. അയാൾ പോകുന്നതു വന്നവർ കാണുകയും

ചെയ്തു. ഇയാഗോ ഒഥെല്ലോയോട് വെറുതെയെന്ന മട്ടിൽ പറഞ്ഞു. അതു വേണ്ടായിരുന്നു. അതു ഞാനിഷ്ടപ്പെടുന്നില്ല

ഒഥെല്ലോ : എന്താ പറയുന്നത്?

ഇയാഗോ : എന്തോ... എനിക്ക് നല്ല നിശ്ചയമില്ല.

ഒഥെല്ലോ : എന്റെ ഭാര്യയുടെ സമീപത്തുനിന്ന് കാസ്സിയോ അല്ലേ പോയത്?

ഇയാഗോ : അതെ. പക്ഷെ എനിക്കതു പറയാൻ വയ്യാ. എന്നാലും അവിടുന്നു വരുന്നതുകണ്ടപ്പോൾ ഒരു കുറ്റവാളിയെപ്പോലെയല്ലേ അയാൾ നടന്നുപോയത്?

ഒഥെല്ലോ : അതു കാസ്സിയോ തന്നെയാണെന്നെനിക്കുറപ്പുണ്ട്.

അവർ നടന്ന് ഡെസ്ഡമോണയുടെ സമീപമെത്തി. ഡെസ്ഡമോണ കാസ്സിയോ വന്നതും സഹായം അഭ്യർത്ഥിച്ചതും ഭർത്താവിനോട് വിസ്തരിച്ചു പറഞ്ഞു. അയാൾ ഇപ്പോഴാണോ പോയതെന്ന സംശയാലുവായ ഒഥെല്ലോയുടെ ചോദ്യത്തിന് അതെയെന്നു നിഷ്ക്കളങ്കമായി മറുപടി പറയുന്നു ഡെസ്ഡമോണ. അയാളെ ഉടനെ വിളിക്കാനും അയാൾ പറയുന്നതു കേൾക്കാനും അവൾ നിർബന്ധിക്കുന്നെങ്കിലും ഒഥെല്ലോ ഒഴിഞ്ഞുമാറി.

"നാളെ?"

"ഞാനുണ്ടാവില്ല."

അവൾ വിടുന്നില്ല. എങ്കിൽ നാളെ രാത്രി, അല്ലെങ്കിൽ ചൊവ്വാഴ്ച കാലത്ത്, ഉച്ചക്ക്, രാത്രി, എപ്പോഴെങ്കിലും നിർബന്ധം സഹിക്കവയ്യാതെ അയാളെ എപ്പോൾ വേണമെങ്കിലും വിളിക്കാൻ ഒഥല്ലോ പറയുന്നു. പക്ഷെ ഇപ്പോൾ ശല്യപ്പെടുത്താതെ പോകൂ. തനിക്ക് കുറച്ച് ഏകാന്തത വേണം. അഭ്യർത്ഥന മാനിച്ച് ഡെസ്ഡമോണയും എമിലിയയും പോയി.

അവർ മാത്രമായപ്പോൾ ഇയാഗോ ഒഥെല്ലോയോടു ചോദിച്ചു: "അങ്ങ് ഡെസ്ഡമോണയുമായി പ്രേമമാണെന്ന കാര്യം മൈക്കേൽ കാസ്സിയോക്ക് അറിയാമായിരുന്നോ?

ഒഥെല്ലോ : അറിയാമായിരുന്നു.

ആദ്യവസാനം അറിഞ്ഞിരുന്നു. എന്താ ചോദിക്കാൻ കാരണം?

ഇയാഗോ : ഒരു മനസ്സമാധാനത്തിനു ചോദിച്ചതാണ് മറ്റൊന്നുമില്ല.

ഒഥെല്ലോ : എന്തു സമാധാനം?

ഇയാഗോ : ഞാൻ വിചാരിച്ചിരുന്നത് കാസ്സിയോക്കു ഡെസ്ഡമോണയെ പരിചയമില്ലെന്നായിരുന്നു.

ഒഥെല്ലോ : പരിചയമുണ്ടായിരുന്നു. അയാൾ പലപ്പോഴും ഞങ്ങളുടെ

സന്ദേശവാഹകനായി പ്രവർത്തിച്ചിട്ടുണ്ട്.

ഇയാഗോ : അങ്ങനെയോ ?

ഒഥെല്ലോ : അതിൽ എന്തെങ്കിലും സംശയിക്കേണ്ടതായി ഉണ്ടോ? വിശ്വസ്തനല്ലേ അയാൾ?

വിശ്വസ്തനാണെന്ന് ഇയാഗോ വളച്ചുകെട്ടി പറയുമ്പോൾ സംശയമാണു തോന്നുക. ഒഥെല്ലോയുടെ സംശയം വർദ്ധിപ്പിക്കുകയായിരുന്നു ഇയാഗോയുടെ ആവശ്യം.

ഇയാഗോ പറഞ്ഞു: "എന്റെ മനസ്സിലുള്ളതെന്താണെന്ന് അങ്ങേക്കറിയാൻ സാദ്ധ്യമല്ല. നാം എപ്പോഴും സൂക്ഷിക്കേണ്ടത് അസൂയയെയാണ്."

ഒഥെല്ലോ ചോദിച്ചു : "ഞാൻ അസൂയക്കു പാത്രമായി ജീവിതം നശിപ്പിക്കുമെന്നാണോ സൂചന? സംശയിച്ചാൽ അതു തെളിയിക്കാൻ കഴിയണം. എന്റെ ഭാര്യക്കു സൗന്ദര്യമുണ്ട്. നന്നായി പെരുമാറാനറിയാം. സുഹൃത്തുക്കളെ ഇഷ്ടമാണ്. പാട്ടുപാടും. നൃത്തംചെയ്യും. വിനോദങ്ങളിൽ പങ്കെടുക്കും. അതുകൊണ്ടു ഞാനെന്തിന് അസൂയാലുവാകണം? അതെല്ലാം അവളുടെ സദ്ഗുണങ്ങളാണ്. കണ്ണുള്ള അവൾ ശരിക്കും കണ്ടാണ് എന്നെ സ്വീകരിച്ചത്. തെളിവില്ലാതെ ഞാനവളെ സംശയിക്കുകയില്ല. തെളിവു ലഭിച്ചാൽ എതിർപ്പോ സ്നേഹമോ ഒന്നുമാത്രം അവശേഷിക്കും.

അങ്ങ് അവളെ സൂക്ഷിക്കണമെന്നും അവൾ കാസ്സിയോയോട് എങ്ങനെ പെരുമാറുന്നു എന്ന് ശ്രദ്ധിക്കണമെന്നും ഇയാഗോ പറഞ്ഞു. ശ്രദ്ധിച്ചാൽ മതി സംശയിക്കേണ്ടാ. മഹാമനസ്കനായ അങ്ങയുടെ നല്ല മനസ്സിനെ ആരെങ്കിലും ചൂഷണം ചെയ്യുന്നതു തനിക്കു സഹിക്കാവുന്നതിനപ്പുറമാണ്. വെനീസുകാരികൾ സമർത്ഥകളാണ്; അവർക്കു ഭർത്താക്കന്മാരെ വഞ്ചിക്കാനറിയാം. തെറ്റു ചെയ്യുകയും അതുമറച്ചുവെച്ച് സന്മാർഗികളായി അഭിനയിക്കുകയും ചെയ്യും.

ഒഥെല്ലോക്കു അപ്പോഴും വിശ്വാസമായില്ല. ഇയാഗോ പറഞ്ഞു : "സ്വന്തം പിതാവിനെ വഞ്ചിച്ചാണ് അവൾ അങ്ങയെ വിവാഹം കഴിച്ചത്. പാവം പിതാവു കരുതി ഏതോ ആഭിചാരത്തിനു വിധേയയായി അവളെന്ന്. ചെറുപ്പത്തിൽ ഇത്രയും സാമർത്ഥ്യം കാണിച്ച അവൾ... ഞാൻ അങ്ങയെ കൂടുതൽ സ്നേഹിക്കുന്നതു കൊണ്ടാണു പറയുന്നത്. അങ്ങനിക്കു മാപ്പുതരണം."

ഇയാഗോ വിനീതനായി.

"ഞാനീ പറയുന്നതൊന്നും എന്റെ ആത്മാർത്ഥ സ്നേഹിതൻ കാസ്സി

യോയെ ലക്ഷ്യം വെച്ചല്ല. അങ്ങേക്കു ക്ഷോഭം വരുന്നുണ്ടോ?"

ഒഥെല്ലോ പറഞ്ഞു : " ക്ഷോഭമൊന്നുമില്ല. ഡെസ്ഡമോണ വിശ്വസ്തയല്ലെന്നു തോന്നുന്നു."

ഇയാഗോ : അവൾ അങ്ങനെതന്നെ വളരെക്കാലം ജീവിക്കട്ടെ.

ഒഥെല്ലോ : പക്ഷെ പ്രകൃതി അതിന്റെ ഉള്ളിൽ നിന്നുതന്നെ തെറ്റു ചെയ്യുന്നു.

ഇയാഗോ : അതാണു കാര്യം. അവൾ അവളുടെ നാട്ടുകാരേയും അവളുടെ നിറമുള്ളവരേയും ആഭിജാത്യമുള്ളവരേയും വേണ്ടെന്നു വെച്ചവളാണ്. പ്രകൃതിക്കുനിരക്കാത്ത ക്രമവിരുദ്ധമായ കാര്യങ്ങൾ അവളിലുണ്ട്. പറയുന്നത് അങ്ങു ക്ഷമിക്കണം. ചിലപ്പോൾ തന്റെ കൂട്ടരെ തിരസ്ക്കരിച്ചതിനും അങ്ങയെ സ്വീകരിച്ചതിനും അവൾ പശ്ചാത്തപിക്കുന്നുണ്ടാവാം.

ഒഥെല്ലോ : നിങ്ങൾ കൂടുതലായി വല്ലതും കാണുന്നുണ്ടെങ്കിൽ എന്നോടു പറയുക. ശ്രദ്ധിക്കാൻ നിങ്ങളുടെ ഭാര്യയെ ഏർപ്പാടാക്കുക.

ഇയാഗോ എന്തിനോ പെട്ടെന്ന് അകത്തേക്കു പോയി. തനിയെയായപ്പോൾ താൻ ഈ വിവാഹം കഴിച്ചതു തെറ്റായിപ്പോയെന്ന് ഒഥെല്ലോ ആത്മഗതം ചെയ്യുന്നു.

ഇയാഗോ മടങ്ങിവന്നു പറഞ്ഞു.

"ഇതു കാലത്തിനു വിടുന്നതാണു നല്ലത്. കാസ്സിയോ കഴിവുള്ളവനാണെങ്കിലും കുറച്ചുനാളത്തേക്ക് അയാളെ മാറ്റിനിർത്തുകയാണു നല്ലത്. അയാൾ എന്താണു ചെയ്യുന്നതെന്നു നോക്കാം. അയാൾക്കുവേണ്ടി അങ്ങയുടെ ഭാര്യ അങ്ങയെ കൂടുതൽ ശല്യപ്പെടുത്തുന്നുണ്ടെങ്കിൽ അതിലെന്തോ ഉണ്ടെന്നറിയുക. ഇതു പറയുമ്പോൾ ഞാനല്പം കടത്തിപ്പറഞ്ഞോ എന്ന ഭയമുണ്ടെനിക്ക്."

ഒഥെല്ലോയെ തനിച്ചാക്കിയിട്ട് ഇയാഗോ വീണ്ടും അകത്തേക്കു പോയി. ഒഥെല്ലോ തന്റെ വിചാരങ്ങൾക്ക് ആത്മഗതത്തിലൂടെ വെളിച്ചം നൽകുന്നു.

"എത്ര സത്യസന്ധനാണ് ഇയാഗോ. അവൾ ഇങ്ങനെ ഇണങ്ങാത്ത പക്ഷിയെപ്പോലെയാണെങ്കിൽ ഞാനവളെ പറപ്പിച്ചുകളയും. അവളുടെ ചിറകുകളെ എന്റെ ഹൃദയതന്ത്രികൾകൊണ്ടു ബന്ധിപ്പിക്കുന്നതു വേണ്ടെന്നുവെക്കും. അവൾക്കു മടുപ്പുതോന്നാൻ കാരണം എന്റെ കറുത്തനിറമാവാം, പരുക്കൻ സ്വഭാവമാവാം, ഭംഗിവാക്കുകൾ പറയാനുള്ള കഴിവില്ലായ്മയാവാം. അവൾ വിശ്വസ്തയല്ല. ഞാൻ വഞ്ചിക്കപ്പെട്ടിരിക്കുന്നു. അവളെ ഇനി വെറുക്കാതിരിക്കാൻ കഴിയില്ലെനിക്ക്. ഇതു

വൈവാഹികജീവിതത്തിന്റെ ശാപമാകുന്നു. എന്റെ ഭാര്യയിൽ മറ്റാർക്കെങ്കിലും അവകാശം കൊടുക്കാൻ എനിക്കു സാദ്ധ്യമല്ല. വലിയവരെന്നു പറയുന്നവർ എത്ര നിസ്സാരന്മാരാണ് ഈ കാര്യത്തിൽ ! ഇതു വിധിയായിരിക്കാം. ഒരാൾ ജനിക്കുമ്പോൾത്തന്നെ അയാൾ ഭാവിയിൽ അഭിസാരികയുടെ ഭർത്താവാകുമെന്നു നിശ്ചയിക്കപ്പെട്ടിരിക്കാം. ഇതുമരണം പോലുള്ള വിധി തന്നെ..."

ചിന്താലീനനായി നിൽക്കുന്നതിനിടയിൽ എമിലിയയോടൊപ്പം ഡെസ്ഡമോണ കടന്നുവരുന്നത് ഒഥെല്ലോ കാണുന്നു. ആ സൗന്ദര്യം വീണ്ടും കണ്ടപ്പോൾ ഒഥെല്ലോ സ്തബ്ധനായി ഒരു നിമിഷം നിന്നുപോയി. ഈ സൗന്ദര്യത്തിൽ വഞ്ചന ഒളിപ്പിച്ചിട്ടുണ്ടെന്നു വിശ്വസിക്കാൻ കഴിയുന്നില്ല. അങ്ങനെ ഉണ്ടെങ്കിൽ സാക്ഷാൽ സ്വർഗ്ഗം തന്നെ അതിനുള്ളിൽ ഒരു ചതി ഒളിപ്പിച്ചിട്ടുണ്ടാവും.

വിരുന്നിന് ദ്വീപിലെ പ്രധാനപൗരന്മാരെല്ലാം എത്തിക്കഴിഞ്ഞെന്നും താങ്കൾ എന്തിനിവിടെ നിൽക്കുന്നെന്നും ഡെസ്ഡമോണ ചോദിക്കുന്നു. യഥാർത്ഥത്തിൽ വിരുന്നിന്റെ കാര്യം ഒഥെല്ലോ മറന്നു പോയിരുന്നു.

ഡെസ്ഡമോണ : അങ്ങയുടെ ശബ്ദത്തിനെന്താ ഒരിടർച്ച. സുഖമില്ലേ?

ഒഥെല്ലോ : നെറ്റിയുടെ ഈ ഭാഗത്ത് ഒരു വേദന.

ഡെസ്ഡമോണ : ഉറങ്ങാതെ പണിയെടുക്കുന്നതുകൊണ്ടാണ്. ഞാനൊന്നു കെട്ടിത്തരാം.

അവൾ അവളുടെ കൈലേസ് കൊടുക്കുന്നു. അതിനു നീളം പോരാത്തതിനാൽ ഒഥെല്ലോ താഴെയിടുന്നു. അതവിടെ കിടക്കട്ടെ പിന്നെ എടുത്തുകൊള്ളാമെന്നു പറഞ്ഞ് ദമ്പതികൾ നടന്നുപോകുന്നു.

നിസ്സാരമെന്നു തോന്നുന്ന ആ സംഭവമാണ് കഥയുടെ ഗതിയാകെ മാറ്റുന്നത്. അതിനെ ഒരു വലിയ ദുരന്തത്തിൽ എത്തിക്കുന്നത്.

താഴെക്കിടക്കുന്ന കൈലേസ് എമിലിയ കണ്ടു. കുനിഞ്ഞെടുത്തു. എന്തോ വലിയ സമ്മാനം കിട്ടിയ മട്ടിൽ ആനന്ദവതിയാകുന്നു അവൾ. ഈ പട്ടുറുമാൽ മൂർ ഡെസ്ഡമോണക്കു കൊടുത്ത ആദ്യസമ്മാനമാണെന്നവൾക്കറിയാം. അവളുടെ ഭർത്താവ് ഇയാഗോ എന്തിനെന്നറിയില്ല ആ കൈലേസ് മോഷ്ടിക്കാൻ പലവട്ടം അവളോടു പറഞ്ഞിരുന്നു. ഡെസ്ഡമോണ അതു കൈവിടാത്തതുകൊണ്ട് എടുക്കാൻ കഴിഞ്ഞില്ല. അവൾ അതിനെ അത്രയേറെ സ്നേഹിക്കുന്നു, അതെപ്പോഴും സൂക്ഷിക്കണമെന്ന് മൂർ അവളോടു പറഞ്ഞിട്ടുണ്ടായിരുന്നു. അവൾ അതിനെ ഉമ്മവെക്കുകയും അതിനോട് സല്ലപിക്കുകയും ചെയ്യുന്നത് എമിലിയ

കണ്ടിട്ടുണ്ട്.

കൈലേസ് കയ്യിൽ കിട്ടിയതുകൊണ്ട് അതിലെ മനോഹരമായ ചിത്രവേല താൻ ഭർത്താവിനു പകർത്തിക്കൊടുക്കുമെന്ന് എമിലിയ സ്വയം പറഞ്ഞു. അയാൾ അതുകൊണ്ട് എന്തുചെയ്യാൻ പോകുന്നുവെന്നതു ദൈവത്തിനു മാത്രമേ അറിയൂ. എന്തിനായാലും തന്റെ ഭർത്താവിന്റെ ഇഷ്ടം നടത്തിക്കൊടുക്കേണ്ടവളാണല്ലോ താൻ.

ഇയാഗോ വന്നപ്പോൾ അവൾ കൈലേസ് ഉയർത്തിക്കാട്ടി പ്രലോഭിപ്പിക്കുന്നു.

ഇയാഗോ : നീ ഇതു മോഷ്ടിച്ചതാണോ?

എമിലിയ : അല്ല. അവർ ഉപേക്ഷകൊണ്ടു താഴെയിട്ടതാ.

ഇയാഗോ കൈലേസ് പിടിച്ചുവാങ്ങി.

അതുകൊണ്ട് മറ്റാവശ്യമൊന്നുമില്ലെങ്കിൽ ഉടനെ തിരികെത്തരണമെന്ന് ആവശ്യപ്പെടുന്നു എമിലിയ. പാവം ഡെസ്ഡമോണക്കു കൈലേസു കാണാതെ വന്നാൽ ഭ്രാന്ത് പിടിച്ചേക്കും. തനിക്കതു കൊണ്ടു വേറെ ഉപയോഗമുണ്ടെന്നു പറഞ്ഞ് ഇയാഗോ ഭാര്യയെ പറഞ്ഞയച്ചു.

താനാശിച്ചതു കൈവന്നിരിക്കുന്നതിൽ സന്തോഷവാനായി ഇയാഗോ താൻ എന്താ ചെയ്യാൻ പോകുന്നതെന്നു പറയുന്നു. കൈലേസ്കാസ്സിയോയുടെ മുറിയിൽ ഉപേക്ഷിക്കും. അയാൾ അതു കാണട്ടെ. സംശയത്തിന്റെ വിഷം ഉള്ളിലുള്ളവർക്ക് ചെറിയതെന്തെങ്കിലും കണ്ടാൽ മതി വിശ്വസിക്കാൻ. സംശയങ്ങൾ രക്തത്തിൽ കലർന്നാൽ അതു ഗന്ധകഖനിപോലെ എരിഞ്ഞുകൊണ്ടിരിക്കും.

ഒഥെല്ലോ മടങ്ങിവന്നു. അയാൾ ആകെ നിരാശനും കുപിതനുമായിരുന്നു. ഇയാഗോയെ കണ്ടപ്പോൾ ശകാരിക്കാൻ തുടങ്ങി. ഏതാണ്ടല്പം പറഞ്ഞിട്ട് എന്നെ കഷ്ടത്തിലാക്കിയില്ലേ നീ? നീ എന്റെ സ്വൈര്യം കെടുത്തി " അവളുടെ രഹസ്യമായ കാമകേളികളെക്കുറിച്ചു ഞാനെന്തറിഞ്ഞു? ഞാൻ ഒന്നും കണ്ടിട്ടില്ല അറിഞ്ഞിട്ടില്ല. അതുകൊണ്ട് അതെന്നെ ശല്യപ്പെടുത്തിയതുമില്ല. ഞാൻ സുഖമായി ഉറങ്ങി. കാസ്സിയോയുടെ ചുംബനങ്ങൾ അവളുടെ ചെഞ്ചുണ്ടുകളിൽ ഞാൻ കണ്ടില്ല. ചോരണം ചെയ്യപ്പെട്ടവൻ അക്കാര്യം അറിയാത്തിടത്തോളം കാലം അയാൾ ചോരണം ചെയ്യപ്പെട്ടോനല്ല.

സൈന്യത്തിലുള്ളവരെല്ലാം അവളുടെ സൗന്ദര്യം ആസ്വദിച്ചാലും ഞാനതറിയുന്നില്ലെങ്കിൽ എന്റെ സന്തോഷം എനിക്കിഷ്ടപ്പെടുന്നില്ല. എന്നാൽ എനിക്കിപ്പോൾ മനസ്സമാധാനമില്ല. എന്റെ സൈന്യങ്ങളോടും യുദ്ധങ്ങളോടും പദവികളോടും മനസാ വിടവാങ്ങിയിരിക്കുന്നു. എന്റെ

ജീവിതം തകർന്നു കഴിഞ്ഞു.

"ഇയാഗോ നീ നീചനല്ലെങ്കിൽ ഡെസ്ഡമോണ വിശ്വസ്തയല്ലെന്നു തെളിയിക്കണം. കാണത്തക്ക തെളിവുവേണം എനിക്ക്."

ഇയാഗോ അപ്പോഴും ഒഥെല്ലോയോടുള്ള തന്റെ കൂറിനെക്കുറിച്ചാണു പറയുന്നത്.

ഒഥെല്ലോ : എന്റെ ഭാര്യ സത്യസന്ധയാണെന്നു ഞാൻ വിചാരിക്കുന്നു. അല്ലെന്നും വിചാരിക്കുന്നു. നിങ്ങൾ വിശ്വസ്തനാണെന്നു കരുതുന്നു; അല്ലെന്നും കരുതുന്നു. തെളിവുവേണം എനിക്ക്.

ചന്ദ്രനെപ്പോലെ തിളങ്ങിയിരുന്ന അവളുടെ മുഖം എനിക്കിപ്പോൾ എന്റെ മുഖം പോലെ കറുത്തതായിരിക്കുന്നു. കയറുകളും കത്തികളും അഗ്നിയും ശ്വാസം മുട്ടിക്കുന്ന ജലാശയങ്ങളുമുള്ളപ്പോൾ ഞാനെന്തിന് ഇതു സഹിക്കണം? എന്നെ തൃപ്തിപ്പെടുത്തണം നീ.

ഇയാഗോ : അങ്ങയെ എങ്ങനെ തൃപ്തിപ്പെടുത്താനാവും. അങ്ങയുടെ കാഴ്ചവെട്ടത്ത് അവർ രതിയിലേർപ്പെട്ടാൽ അങ്ങ് വെറും കാഴ്ചക്കാരനായി നിൽക്കുമോ?

ഒഥെല്ലോ : മരണം, അപമാനം.

ഇയാഗോ : അവരെ ഒന്നിച്ചങ്ങനെ കാണുക പ്രയാസമാണ്. മൃഗങ്ങളുടെ വികാരമുണ്ടായാലും മറ്റുള്ളവർ കാണുന്നിടത്ത് അവർ ശയിക്കുകയില്ല.

ഒഥെല്ലോ : അവൾ വഞ്ചകിയാണെന്നു വ്യക്തമായ തെളിവുതരൂ.

ഇയാഗോ : ഈയിടെ ഒരു ദിവസം ഞാനും കാസ്സിയോയും ഒരുമിച്ചൊരിടത്തായിരുന്നു കിടന്നുറങ്ങിയത്. രാത്രി പല്ലുവേദന കൊണ്ട് എനിക്കുറക്കം വന്നില്ല. കാസ്സിയോ ഉറക്കത്തിൽ എന്തോ പറയുന്നതുകേട്ടു. ആത്മനിയന്ത്രണമില്ലാത്തവർ ഉള്ളിലുള്ള രഹസ്യങ്ങൾ ഉറക്കത്തിൽ വിളിച്ചുപറയാറുണ്ട്. ഞാൻ ശ്രദ്ധിച്ചപ്പോൾ കാസ്സിയോ പറയുന്നു, ഓമനേ ഡെസ്ഡമോണെ നമ്മൾ സൂക്ഷിക്കണം. നമ്മുടെ പ്രേമം ഒളിച്ചുവെക്കണം. ഞാൻ ഡെസ്ഡമോണയാണെന്നു കരുതി അയാൾ എന്റെ കൈയിൽ പിടിച്ചമർത്തി. പിന്നെ ചുണ്ടിൽ അമർത്തി ചുംബിച്ചു. അനന്തരം അയാളുടെ കാൽ എന്റെ തുടയിലേക്കു കയറ്റിവെച്ചിട്ടു പറഞ്ഞു, കഷ്ടം വിധി നിന്നെ ആ മൂറിനു നൽകിക്കളഞ്ഞല്ലോ.

ഒഥെല്ലോ: മൃഗീയം, മൃഗീയം

ഇയാഗോ – അതൊരു സ്വപ്നം മാത്രമായിരുന്നു.

ഒഥെല്ലോ : നടന്നുകഴിഞ്ഞ കാര്യങ്ങളാവാം സ്വപ്നത്തിൽ കണ്ടത്.

ഇയാഗോ : വ്യക്തമല്ലാത്ത മറ്റുകാര്യങ്ങളെ അതു വ്യക്തമാക്കു

ന്നുണ്ട്.

ഒഥെല്ലോ : അവളെ ഞാൻ അങ്ങനെതന്നെ പിച്ചിച്ചീന്തും.

ഇയാഗോ : വേണ്ടാ, ബുദ്ധിമോശം കാണിക്കരുത്. തെളിവൊന്നും നമുക്കു നേരിട്ടുകിട്ടിയിട്ടില്ല. അപ്പോൾ അവൾ ചാരിത്രവതി തന്നെ. ഒരു കാര്യം ചോദിച്ചോട്ടെ. സ്ട്രോബെറി പഴത്തിന്റെ ചിത്രങ്ങളുള്ള ഒരു കൈലേസ് അങ്ങയുടെ ഭാര്യക്കുള്ളത് അങ്ങു കാണാറുണ്ടായിരുന്നോ?

ഒഥെല്ലോ : ഞാനവൾക്ക് അങ്ങനെയൊന്നു കൊടുത്തിട്ടുണ്ട്. എന്റെ ആദ്യത്തെ സമ്മാനമായിരുന്നു അത്.

ഇയാഗോ : അതെനിക്കറിയില്ല. അങ്ങയുടെ ഭാര്യയുടെ തന്നെയാവാം. അതുപോലെ ഒരു കൈലേസുകൊണ്ട് കാസ്സിയോ അയാളുടെ താടിമീശ തുടക്കുന്നതു ഞാൻ കണ്ടു.

അതുകേട്ട് ഒഥെല്ലോ പ്രതികാരദാഹിയായി മാറി. അയാളും അയാളോടൊപ്പം ഇയാഗോയും മുട്ടുകുത്തി നിന്ന് താരാപഥങ്ങളെ സാക്ഷിയാക്കി പ്രതികാരം ചെയ്യുമെന്നു പ്രതിജ്ഞ ചെയ്യുന്നു.

ഇയാഗോ ഒടുവിൽ പറഞ്ഞ, കാസ്സിയോ തുലയട്ടെ, പക്ഷെ അവളെ ജീവിക്കാനനുവദിക്കണം. അതു സാദ്ധ്യമല്ലെന്ന് ഒഥെല്ലോ പറഞ്ഞു. ഒഥെല്ലോ ഉടൻതന്നെ ഇയാഗോയെ അയാളുടെ ലെഫ്റ്റനന്റാക്കി.

പത്ത്

(Act III, Scene 4)

കൊട്ടാരമുറ്റത്തെ ഉദ്യാനത്തിൽ എമിലിയയോടൊപ്പം നിൽക്കുകയായിരുന്ന ഡെസ്ഡമോണ കൊട്ടാരസേവകനെ കാസ്സിയോയെ വിളിച്ചുകൊണ്ടുവരാൻ പറഞ്ഞയക്കുന്നു. ഡെസ്ഡമോണക്കിപ്പോൾ താൻ താഴെയിട്ട കൈലേസിന്റെ കാര്യം ഓർമ്മവന്നു. അതു താൻ കണ്ടില്ലെന്നു നടിക്കുന്നു എമിലിയ. സ്വർണം നിറച്ച ഒരു സഞ്ചിയേക്കാൾ താൻ വില മതിക്കുന്നതാണ് ആ കൈലേസ്സെന്നും അതു തന്റെ പ്രിയതമന്റെ ആദ്യ സമ്മാനമാണെന്നും വെളിപ്പെടുത്തുന്നു. അദ്ദേഹം സംശയാലുവല്ലാത്തതുകൊണ്ടാണ് തൂവാലകാരണം വഴക്കിടാത്തത്. സംശയം ഒട്ടുമില്ലേ എന്ന എമിലിയയുടെ ചോദ്യത്തിന് ഒട്ടുമില്ലെന്നാണ് തന്റെ വിശ്വാസമെന്ന് ഡെസ്ഡമോണ പറയുന്നു.

സംശയമെല്ലാം ഉള്ളിലൊതുക്കി പ്രസന്നവദനനായി ഒഥെല്ലോ കടന്നുവന്നു. അയാൾ ഡെസ്ഡമോണയുടെ കൈപിടിച്ച് ഉള്ളംകൈയിലേക്കു നോക്കി. അവിടെ നനവുണ്ടായിരുന്നു. നനഞ്ഞ ഉള്ളംകൈ കാമാസക്തിയുടെ ലക്ഷണമാണെന്നൊരു വിശ്വാസമുണ്ട്. ഡെസ്ഡമോണക്ക് അതറിയാമായിരുന്നില്ല.

ഒഥെല്ലോ കൈനോട്ടക്കാരനെപ്പോലെ പറയാൻ തുടങ്ങി. ഈ നനവ് സ്വാതന്ത്ര്യത്തിന്റെയും ഹൃദയവിശാലതയുടെയും ലക്ഷണമാണ്. നിനക്ക് മോചനം വേണമെങ്കിൽ അതിനായി പ്രാർത്ഥിക്കുകയും നൊയമ്പ് നോക്കുകയും വേണം. കാരണം ഈ കൈയിൽ ചെറുപ്പത്തിന്റേതായ ഒരു ചെകുത്താൻ വളരുന്നുണ്ട്. കൈ നല്ലതാണ്.

ഡെസ്ഡമോണ : ഈ കൈ കൊണ്ടാണ് ഞാൻ എന്റെ ഹൃദയം അങ്ങേക്കു തന്നത്.

ഒഥെല്ലോ : പണ്ട് കൈയും ഹൃദയവും ഒന്നിച്ചായിരുന്നു നൽകിയിരുന്നത്. ഇന്ന് ഹൃദയമില്ല.

ഡെസ്ഡമോണക്ക് അയാൾ പറയുന്നതിന്റെ അർത്ഥമൊന്നും മന

സ്സിലായിരുന്നില്ല. അവൾ കാസ്സിയോയുടെ കാര്യം ഭർത്താവിനെ ഓർമ്മിപ്പിച്ചു. കാസ്സിയോയെ ഇങ്ങോട്ടുവരാൻ പറയാൻ ആളെ അയച്ചിരിക്കുകയാണ്.

തന്റെ കണ്ണിൽ നിന്നു വെള്ളം വരുന്നതു തുടക്കാൻ അവളുടെ കൈലേസ് ഒഥെല്ലോ ആവശ്യപ്പെട്ടു. അവൾ അവളുടെ കൈയിലുണ്ടായിരുന്നതു കൊടുത്തു. അതല്ല വേണ്ടത്, അയാൾ അവൾക്കു നൽകിയ കൈലേസാണ്. അത് അവളുടെ കൈയിലില്ല.

ഒഥെല്ലോ അവളോട് ആ കൈലേസിന്റെ ചരിത്രം പറഞ്ഞു. ഈജിപ്തുകാരിയായ ഒരു മന്ത്രവാദിനി അയാളുടെ അമ്മക്കു നൽകിയതാണത്. അവൾക്കു മറ്റുള്ളവരുടെ മനസ്സുവായിക്കാനറിയാമായിരുന്നു. ആ കൈലേസ് കൈയിലുണ്ടെങ്കിൽ തന്റെ അമ്മക്ക് തന്റെ അച്ഛനെ ചൊൽപ്പടിക്ക് നിർത്താൻ കഴിയും. അതു നഷ്ടപ്പെട്ടാൽ അച്ഛന്റെ മനസ്സുമാറുകയും മറ്റു സ്ത്രീകളോടടുക്കുകയും ചെയ്യും. അമ്മ മരിക്കുന്നതിനു മുമ്പ് ആ കൈലേസ് അയാൾക്കു നൽകി സൂക്ഷിച്ചുവെക്കാനും വിവാഹം കഴിക്കുമ്പോൾ ഭാര്യക്കു നൽകാനും പറഞ്ഞു. അതുനഷ്ടപ്പെട്ടാൽ ആപത്തുണ്ടാവും.

ഒഥെല്ലോ പറഞ്ഞു : അതു മാന്ത്രികശക്തി ഉള്ളതാണ്. ഇരുനൂറു സൂര്യഭ്രമണം കണ്ട മന്ത്രവാദിനി ഒരു പ്രത്യേക മുഹൂർത്തത്തിലാണ് അത് തുന്നിയെടുത്തത്. പ്രത്യേകം ശുദ്ധി ചെയ്ത പട്ടുനൂൽ പുഴുക്കൾ ഉല്പാദിപ്പിച്ച നൂലാണതിന്റേത്. അതിനു നിറം കൊടുത്തിരിക്കുന്ന ചായം മമ്മിയാക്കി സൂക്ഷിച്ചിരിക്കുന്ന കന്യാഹൃദയങ്ങളിൽ നിന്നാണ് ഉണ്ടാക്കിയിരിക്കുന്നത്.

ഡെസ്ഡമോണ : ദൈവമേ ഞാനതു ഒരിക്കലും കണ്ടിട്ടില്ലായിരുന്നെങ്കിൽ?

ഒഥെല്ലോ : അതെന്താ?

ഡെസ്ഡമോണ : അങ്ങെന്തിനാണ് അതിപ്പോൾ അന്വേഷിക്കുന്നത്?

ഒഥെല്ലോ : അതു നഷ്ടപ്പെട്ടോ? കളഞ്ഞോ? പറയൂ? അതു പോയോ?

ഡെസ്ഡമോണ : ദൈവം നമ്മളെ അനുഗ്രഹിക്കട്ടെ.

ഒഥെല്ലോ : എന്താ പറഞ്ഞത്?

ഡെസ്ഡമോണ : അത് നഷ്ടപ്പെട്ടിട്ടില്ല. ഇപ്പോൾ അതിന്റെ കാര്യം എന്തിനു പറയുന്നു?

ഒഥെല്ലോ : എന്തിനെന്നോ?

ഡെസ്ഡമോണ : ഞാൻ പറയുന്നു. അത് നഷ്ടപ്പെട്ടിട്ടില്ലെന്ന്.

ഒഥെല്ലോ : എങ്കിൽ കൊണ്ടുവരൂ കാണട്ടെ.

ഡെസ്ഡമോണ : കൊണ്ടുവരാം. ഇപ്പോഴില്ല. ഞാനാവശ്യപ്പെട്ട കാര്യത്തിൽ നിന്നു ശ്രദ്ധതിരിക്കാനുള്ള വിദ്യയാണിത്. കാസ്സിയോയെ അങ്ങ് വീണ്ടും കാണണമെന്നു ഞാൻ അപേക്ഷിക്കുന്നു.

ഒഥെല്ലോ : കൈലേസ് കൊണ്ടുവരൂ. എന്റെ മനസ്സ് വഴിതെറ്റുന്നു.

ഡെസ്ഡമോണ : വരട്ടെ. അത്രയും ശാന്തനായ ഒരാളെ അങ്ങേക്കു കാണാൻ കഴിയില്ലേ?

ഒഥെല്ലോ : കൈലേസ്

ഡെസ്ഡമോണ : ഞാനപേക്ഷിക്കുന്നു. കാസ്സിയോയുടെ കാര്യം.

ഒഥെല്ലോ : കൈലേസ്

ഡെസ്ഡമോണ : അങ്ങയുടെ സ്നേഹത്തിനു പാത്രമായ ഒരാൾ. അപകടങ്ങളിൽ ഒന്നിച്ചുണ്ടായിരുന്നവൻ...

ഒഥെല്ലോ : കൈലേസ്

ഡെസ്ഡമോണ : ഇത് അങ്ങയെത്തന്നെയാണു കുറ്റപ്പെടുത്തുക.

കേൾക്കാൻ ഇഷ്ടമില്ലാതെ ഒഥെല്ലോ നടന്നു. സംഭാഷണം കേൾക്കാൻ കഴിഞ്ഞ എമിലിയ ചോദിച്ചു.

“സംശയാലുവല്ലേ അദ്ദേഹം?”

ഡെസ്ഡമോണ : ഈ രീതിയിൽ ഞാൻ മുമ്പ് അദ്ദേഹത്തെ കണ്ടിട്ടില്ല. ആ കൈലേസിന് എന്തോ അത്ഭുതശക്തിയുണ്ടെന്നു നിശ്ചയമാണ്. അത് നഷ്ടപ്പെട്ടതിൽ എനിക്ക് ദുഃഖമാണ്.

എമിലിയ : ഒരു പുരുഷൻ എങ്ങനെയെന്നു മനസ്സിലാക്കാൻ ഒന്നോ രണ്ടോ വർഷം പോരാ. അവർ വയറുകളും നമ്മൾ അവരുടെ ഭക്ഷണവുമാണ്. നമ്മെ വിശപ്പോടെ അവർ ഭക്ഷിക്കുന്നു. നിറഞ്ഞാൽ ഛർദ്ദിച്ചു കളയുന്നു.

ഡെസ്ഡമോണ വിളിപ്പിച്ചതനുസരിച്ച് കാസ്സിയോ വരുന്നു. കൂടെ ഇയാഗോയും ഉണ്ട്. കാസ്സിയോ തന്റെ വിഷമസ്ഥിതി ഡെസ്ഡമോണയെ അറിയിച്ചു. തന്നെ വഴിയാധാരമാക്കരുതെന്നപേക്ഷിച്ചു. ഒഥെല്ലോയുടെ പെരുമാറ്റം ദുരൂഹമാണെന്നും തനിക്കൊന്നും മനസ്സിലാകുന്നില്ലെന്നും ഡെസ്ഡമോണ പറഞ്ഞു.

ഇയാഗോ : അദ്ദേഹം കുപിതനായോ?

എമിലിയ : ഇതാ, ഇപ്പോൾ അങ്ങോട്ടു പോയതേ ഉള്ളൂ. മനസ്സിലാകാത്ത രീതിയിലാണു പെരുമാറ്റം.

ഇയാഗോ : അദ്ദേഹം പണ്ട് കോപിച്ചു കണ്ടിട്ടില്ല. കോപിക്കാൻ കഴിയുമോ എന്നുപോലും സംശയം തോന്നിയിട്ടുണ്ട്. പീരങ്കി വെടി തന്റെ സൈന്യത്തെ തകർക്കുന്നതു കണ്ടപ്പോഴും തന്റെ സഹോദരൻ പീരങ്കി

മുഖത്ത് ഛിന്നഭിന്നമാകുന്നതു കണ്ടപ്പോഴും അക്ഷോഭ്യനായിരുന്നു അദ്ദേഹം. ഇപ്പോൾ ക്ഷോഭിക്കണമെങ്കിൽ എന്തോ കാരണമുണ്ട്. അതെന്താണെന്നന്വേഷിക്കണം.

അവർ പോകുന്നു. ഒഥെല്ലോയുടെ ക്ഷോഭത്തിനു കാരണം ഔദ്യോഗികമായ എന്തോ പ്രശ്നമായിരിക്കാമെന്ന് ഡെസ്ഡമോണ എമിലിയായോടു പറഞ്ഞു. വെനീസിലോ സൈപ്രസിലോ ഭരണകൂടത്തിനെതിരെ വല്ല ഗൂഢാലോചനകളും നടക്കുന്നുണ്ടോ? വലിയ കാര്യങ്ങളാണു പുരുഷന്മാർ ലക്ഷ്യം വെക്കുന്നതെങ്കിലും ചെറിയ ചെറിയ കാര്യങ്ങളിൽ അസ്വസ്ഥരാവാറുണ്ടവർ. ഒരു വിരലിനു വേദന വന്നാൽ അതു ശരീരം മുഴുവനും ബാധിക്കുമല്ലോ. പുരുഷന്മാർ ദൈവങ്ങളൊന്നുമല്ല. ആദ്യരാത്രിയിലെ പെരുമാറ്റരീതി എക്കാലവും പ്രതീക്ഷിക്കരുത്. അദ്ദേഹത്തിന്റെ പെരുമാറ്റത്തിൽ കുറ്റം കണ്ടെത്തിയ താൻ തന്നെയാണു കുറ്റക്കാരി.

ഒഥെല്ലോയുടെ ക്ഷോഭത്തിനു ഭരണകാര്യമല്ലാതെ ഭവതി കാരണമായിരിക്കല്ലേ എന്ന് എമിലിയ പ്രാർത്ഥിക്കുന്നു. താനൊരു തെറ്റും ചെയ്തിട്ടില്ലെന്നു ഡെസ്ഡമോണ. അസൂയക്കാർക്ക് വലിയ തെറ്റൊന്നുമാവശ്യമില്ല. അസൂയ ആരും ജനിപ്പിക്കാതെ സ്വയം ജനിക്കുന്നതാണ്. എമിലിയ പറഞ്ഞു.

പൂന്തോട്ടത്തിന്റെ ഒരു ഭാഗത്തു തനിയെ ഇരിക്കുന്ന കാസ്സിയോയുടെ സമീപത്തേക്ക് സൈപ്രസ്സിലെ സുന്ദരിയായ വേശ്യ ബിയാങ്കാ വരുന്നു. അവളെ പ്രേമിക്കുന്നതായി നടിക്കുന്ന അയാളെത്തേടി അവൾ പലയിടത്തും പോയിരുന്നത്രേ. അവളുടെ കൊഞ്ചലുകളെ അയാൾക്കിപ്പോൾ ഭയമായിരിക്കുന്നു. അവളെ ഒഴിവാക്കാൻ വേണ്ടി കൈയിലുണ്ടായിരുന്ന ചിത്രവേല ചെയ്ത കൈലേസ് അയാൾ അവൾക്കു നൽകുന്നു. അതു തന്റെ മുറിയിൽ നിന്നു ലഭിച്ചതാണെന്നും അതിന്റെ ഉടമസ്ഥൻ അന്വേഷിച്ചുവരുമ്പോൾ കൊടുക്കണമെന്നും അതിനുമുമ്പ് ആ ചിത്രവേല മറ്റൊരു കൈലേസിലേക്ക് പകർത്തണമെന്നും അയാൾ ആവശ്യപ്പെടുന്നു. ഒഥെ ല്ലാ വരുമ്പോൾ തന്റെ അരികത്ത് അവളെ കാണാതിരിക്കാൻ അയാൾ അന്നേരം തന്നെ അവളെ യാത്രയാക്കുന്നു.

പതിനൊന്ന്

(Act IV, Scene 1)

സൈപ്രസിലെ ഗവർണരുടെ കൊട്ടാരത്തിന്റെ ഒരു ഭാഗത്ത് ഇയാഗോയോടു സംസാരിച്ചുകൊണ്ടു നിൽക്കുകയാണ് ഒഥെല്ലോ. ഇയാഗോ ഇപ്പോൾ മറ്റൊരു രീതിയിലാണ് ഡെസ്ഡമോണയുടെ കാര്യം അവതരിപ്പിക്കുന്നത്.

ദുർവിചാരമൊന്നുമില്ലാതെ അവൾ സ്നേഹിതനുമൊത്തു കിടക്കയിൽ കിടന്നാൽ എന്താ തെറ്റ്?

ഒഥെല്ലോ പറഞ്ഞു: അങ്ങനെ കിടന്നാൽ അത് ചെകുത്താനെ വഞ്ചിക്കലാണ്. ചെകുത്താൻ അതിനവരെ അനുവദിക്കുകയില്ല. ചെയ്യേണ്ട പാപം ചെയ്യാൻ പ്രേരിപ്പിച്ചുകൊണ്ടിരിക്കും.

മറ്റൊരു കാര്യം, തന്റെ ഭാര്യക്കു താനൊരു കൈലേസ് കൊടുത്താൽ അതവളുടേതാണ്. അവൾക്കത് മറ്റൊരാൾക്കു കൊടുക്കാനവകാശമില്ലേ?

അങ്ങനെയെങ്കിൽ ഒഥെല്ലോ പറഞ്ഞു : അവൾക്കു സ്വന്തം ചാരിത്ര്യവും നൽകാൻ അവകാശമുണ്ടല്ലോ

ഇയാഗോ : ഈ ചാരിത്ര്യമെന്നു പറയുന്നത് അദൃശ്യമായ ഒന്നല്ലേ? അതില്ലാത്തവരല്ലേ അതിനെ പുകഴ്ത്തുന്നത്? എന്നാലുമാ കൈലേസ്....

ഒഥെല്ലോ : അതു ഞാൻ മറന്നുപോകുമായിരുന്നു. ഓർമ്മിപ്പിച്ചതു നന്നായി. രോഗിയുടെ മുറിക്കു പുറത്തുവന്നിരുന്ന് ദുസ്സൂചന നൽകുന്ന കാക്കയെപ്പോലെയാണത്. ആ കൈലേസ് അവന്റെ കൈവശം...

ഇയാഗോ : അതുകൊണ്ടെന്താ?

ഒഥെല്ലോ : അതു ശരിയല്ല.

ചെയ്തതെല്ലാം വീമ്പിളക്കുന്നവനാണ് കാസ്സിയോ എന്നു ഇയാഗോ അറിയിച്ചു. അതെല്ലാം കേട്ടപ്പോൾ ബോധം കെട്ടുവീണുപോയി ഒഥെല്ലോ. അതുകണ്ടപ്പോൾ തന്റെ വിഷപ്രയോഗം ഫലിക്കുന്നതിൽ സംതൃപ്തനായി ഇയാഗോ. എന്തും വിശ്വസിക്കുന്ന മടയന്മാരെ ഇങ്ങനെ വേണം പറ്റിക്കാൻ.

അന്നേരം അവിടേക്കു വന്ന കാസ്സിയോ ഒഥെല്ലോ വീണുകിടക്കുന്നതു കണ്ടു പരിഭ്രമിച്ചുപോയി. ഇയാഗോക്കു പക്ഷെ ഒരു കൂസലുമില്ല. കാപ്പിരിയെ താൻ ഉണർത്തിക്കൊള്ളാമെന്നും ഉണരുമ്പോൾ അയാൾ കാസ്സിയോയെ കാണുന്നത് ശരിയല്ലെന്നും പറഞ്ഞ് ഇയാഗോ കാസ്സിയോയെ പറഞ്ഞയക്കുന്നു.

മയക്കത്തിൽ നിന്നെഴുന്നേറ്റ ഒഥെല്ലോ ഇയാഗോയോട് കാസ്സിയോ കുറ്റം ഏറ്റുപറഞ്ഞോ എന്നു ചോദിച്ചു. അതിനൊരു വഴി കണ്ടെത്തി ഇയാഗോ. കാസ്സിയോ അങ്ങോട്ടുനടന്നുവരുന്നത് അയാൾ കണ്ടിരിക്കുന്നു. അയാൾ ഒഥെല്ലോയെ അല്പമകലെ കാസ്സിയോ കാണാതെ മറച്ചുനിർത്തി. തങ്ങൾ സംസാരിക്കുന്നത് ശ്രദ്ധിച്ചുകേൾക്കുക. അവൻ അവളെ എപ്പോഴെല്ലാം പ്രാപിച്ചിട്ടുണ്ടെന്നു പറയും.

കാസ്സിയോ വന്നപ്പോൾ ഇയാഗോ പതുക്കെ, ഒഥെല്ലോ കേൾക്കാതെ, ബിയാങ്കോയെക്കുറിച്ച് അയാളോടു ചോദിച്ചു. കാസ്സിയോ വേശ്യയെക്കുറിച്ചു പറയുന്നതെല്ലാം ഡെസ്ഡമോണയെക്കുറിച്ചാണെന്ന് ഒഥെല്ലോ ധരിക്കട്ടെ.

ഇയാഗോ : പുരുഷന്മാരെ ഇത്രകണ്ടു സ്നേഹിക്കുന്നവൾ വേറെ ഇല്ല.

കാസ്സിയോ : അവൾക്കിപ്പോൾ എന്നോട് വലിയ പ്രേമമായിരിക്കുന്നു.

ഒഥെല്ലോ : (അകലെ ഇരുന്ന്) എന്ത്ര നിസ്സാരമായാണ് അവനത് പറയുന്നത്.!

ഇയാഗോ : നിങ്ങൾ അവളെ കല്യാണം കഴിക്കാൻ സമ്മതിച്ചിട്ടുണ്ടെന്നവൾ പറയുന്നു. അതിൽ വല്ല സത്യവുമുണ്ടോ?

കാസ്സിയോ : ആ വേശ്യയെ കല്യാണം കഴിക്കാനോ? എനിക്കെന്താ സാമാന്യബുദ്ധിയില്ലേ? (ഉറക്കെ ചിരിക്കുന്നു)

ഒഥെല്ലോ : ചിരിക്കുന്നു. എല്ലാം സാധിച്ചിട്ട് ചിരിക്കുന്നു.

ഇയാഗോ : ജനം പറയുന്നത് നിങ്ങൾ അവളെ കെട്ടുമെന്നാണ്.

കാസ്സിയോ : അസംബന്ധം. അല്ലാതെന്താ?

ഇയാഗോ : അങ്ങനെയെങ്കിൽ ഞാൻ പറഞ്ഞതു കള്ളമാണ്.

ഒഥെല്ലോ : നീയെന്നെ പറ്റിക്കുകയാണ്.

കാസ്സിയോ : അത് അവൾ ആ വേശ്യ പറഞ്ഞുനടക്കുന്നതാണ്. അവളുടെ അന്തസ്സിനുവേണ്ടി ഞാൻ അവളെ വിവാഹം ചെയ്യണം. അവൾ അങ്ങനെ പ്രതീക്ഷിക്കുന്നെന്നല്ലാതെ ഞാൻ വാക്കുകൊടുത്തിട്ടൊന്നുമില്ല.

ഇയാഗോ ഒഥെല്ലോയോട് എന്തോ ആംഗ്യം കാണിച്ചു. ശ്രദ്ധിക്കാനാവണം.

കാസ്സിയോ പറഞ്ഞു : അവൾ കുറച്ചുമുമ്പേ ഇവിടെ വന്നിരുന്നു. എന്റെ പുറകെയാണിപ്പോൾ. ഇന്നാളിൽ കടപ്പുറത്ത് ഞാൻ കുറച്ചുവെനീസുകാരോടൊപ്പം നിൽക്കുമ്പോൾ ഈ നാശം അവിടെ വന്ന് എന്റെ തോളിൽ ചാരി ഒരു നിൽപ്പ്. കഴുത്തിൽ തൂങ്ങുക, പിടിച്ചുവലിക്കുക, സങ്കടപ്പെടുക, ഹോ.. ഒന്നും പറയേണ്ട.

ഒഥെല്ലോ : ഇനി അവൻ പോകുന്നത് അതിനാണ്. ഇനി അവൾ നിന്നെ എന്റെ കിടപ്പുമുറിയിൽ കൊണ്ടുവന്നാൽ നിന്റെ മൂക്ക് ഞാൻ ചെത്തും. അതെറിഞ്ഞുകൊടുക്കും പട്ടിക്ക്.

കാസ്സിയോ : അവളുമായുള്ള ലോഹ്യം അവസാനിപ്പിക്കണം എനിക്ക്.

അവർ അങ്ങനെ സംസാരിക്കുന്നതിനിടയിൽ ബിയാങ്കാ കടന്നുവന്നു. അവളെ കണ്ടപ്പോൾ കാസ്സിയോക്കു ദേഷ്യം വന്നു. നീയെന്തിനാ ഇങ്ങനെ എന്റെ പുറകെ നടക്കുന്നത്?

ബിയാങ്കാ : ചെകുത്താനും അവന്റെ വെപ്പാട്ടിയുമാണു നിങ്ങളെ ഉപദ്രവിക്കുന്നത്. നിങ്ങളെന്തിനാണ് ഈ കൈലേസ് എന്റെ കൈയിൽത്തന്നത്? ഞാനൊരു മണ്ടിയായതുകൊണ്ടാണ് അത് കൈയിൽ വാങ്ങിയത്. അതിലെ ചിത്രപ്പണി ഞാൻ നിങ്ങൾക്കു പകർത്തിത്തരണമത്രെ. അത് നിങ്ങളുടെ മുറിയിൽ കിടന്നതാണെന്നും ആര് കൊണ്ടിട്ടെന്നറിയില്ലെന്നുമല്ലേ പറഞ്ഞത്?

അതേതോ വഴിപിഴച്ചവൾ നിങ്ങൾക്കു തന്നതാണ്. അതിലെ ചിത്രപ്പണി ഞാൻ പകർത്തണംപോലു. ഇതാ, ഇതു നിങ്ങളുടെ കളിക്കുതിരക്കുതന്നെ കൊടുത്തേക്കൂ. എനിക്കതു പകർത്താനൊന്നും വയ്യ.

കാസ്സിയോ : എന്തേ ഇങ്ങനെ ? എന്റെ തങ്കമേ ബിയാങ്കാ...

ഒഥെല്ലോ : ദൈവമെ, ആ കൈലേസ് എന്റേതാണെന്നു തോന്നുന്നല്ലോ.

ബിയാങ്കാ : അത്താഴത്തിനു വീട്ടിൽ വരുന്നെങ്കിൽ വന്നോളൂ. ഇല്ലെങ്കിൽ വരേണ്ടാ. എപ്പോഴാണു സൗകര്യമെന്നു വെച്ചാൽ വന്നാൽ മതി.

ബിയാങ്കാ ക്രുദ്ധയായി പോകുന്നതു കണ്ടപ്പോൾ അവളുടെ പുറകെ പോകാൻ ഇയാഗോ കാസ്സിയോയോടു പറഞ്ഞു. അല്ലെങ്കിൽ അവൾ വഴിനീളെ വല്ലതുമൊക്കെ വിളിച്ചുപറയും. കാസ്സിയോ പോകുമ്പോൾ നിങ്ങൾ അവളുടെ അത്താഴത്തിന് കൂടുന്നോ എന്ന് ഇയാഗോ വിളിച്ചു ചോദിച്ചു. പോകാൻ ഉദ്ദേശ്യമുണ്ടെന്ന് കാസ്സിയോ പറഞ്ഞപ്പോൾ നമു

ക്കവിടെ കാണാമെന്നും ചിലതു സംസാരിക്കാനുണ്ടെന്നും ഇയാഗോ അറിയിച്ചു.

ഒളിസ്ഥലത്തുനിന്നിറങ്ങി വന്ന ഒഥെല്ലോ ചോദിച്ചു : ഇയാഗോ, ഞാനെങ്ങനെയാണ് അവനെ കൊല്ലേണ്ടത്?

ഇയാഗോ : കേട്ടില്ലേ സ്വന്തം ദൗർബല്യങ്ങൾ അവൻ വിളിച്ചുപറയുന്നത്.

ഒഥെല്ലോ : ഇയാഗോ...

ഇയാഗോ : അങ്ങ് ആ കൈലേസുകണ്ടോ?

ഒഥെല്ലോ : അതെന്റേതാണോ?

ഇയാഗോ : അത് അങ്ങയുടേതാണ്. അങ്ങയുടെ വിഡ്ഢിയായ ഭാര്യ നൽകിയതാണ്. അവൾ അത് അവനുകൊടുത്തു. അവൻ അതൊരു വേശ്യക്കും.

ഒഥെല്ലോ : അവനെ കുറേശ്ശെ കുറേശ്ശെയായി ഒമ്പതു കൊല്ലം കൊണ്ട് കൊല്ലുകയാണ് വേണ്ടത്. അവളൊരു നല്ലവൾ, സുന്ദരി, മധുര മനോഹരി !

ഇയാഗോ : വേണ്ടാ, എല്ലാം മറക്കണം അങ്ങ്.

ഒഥെല്ലോ : അവൾ നശിക്കട്ടെ. ഇന്നു രാത്രി തന്നെ തീരട്ടെ. അവൾ ജീവിക്കരുത്. എന്റെ കൈ കല്ലായിത്തീരുന്നു. അതുകൊണ്ടിടിച്ച് എനിക്കു നോവുന്നു. അവളെത്ര സുന്ദരി, ഈ ഭൂമിയിൽ അവളെപ്പോലൊരു സുന്ദരിയില്ല. ഒരു ചക്രവർത്തിയോടൊപ്പം ശയിക്കാനും അദ്ദേഹത്തിനു ശാസനങ്ങൾ നൽകാനും അർഹതയുള്ളവൾ.

ഒഥെല്ലോ ഡെസ്ഡമോണയെ പുകഴ്ത്തുന്നതു കണ്ടപ്പോൾ ഇയാഗോ കളിയാക്കും മട്ടിൽ ചോദിച്ചു, അവളുടെ വഞ്ചനയും ഇഷ്ടമാണോ അങ്ങേക്ക്? ഒഥെല്ലോ ക്രുദ്ധനായി. അവളെ ഞാനരിയും. അരിയുക വേണ്ടെന്ന് ഇയാഗോ. എന്നാൽ വിഷം വേണം. ഇന്നുരാത്രി തന്നെ കൊല്ലും അവളെ.

ഇയാഗോ : വിഷം കൊടുത്തല്ല കൊല്ലേണ്ടത്. അവൾ അശുദ്ധമാക്കിയ ആ കിടക്കയിലിട്ടു കഴുത്തുഞെരിച്ചു കൊല്ലണം.

ഒഥെല്ലോക്ക് ആ നിർദ്ദേശം സ്വീകാര്യമായി. കാസ്സിയോയെ വകവരുത്തുന്ന കാര്യം ഇയാഗോ തന്നെ ഏറ്റെടുത്തു. രാത്രിയാവുമ്പോൾ കൂടുതൽ വിവരങ്ങൾ അറിയിക്കുന്നതായിരിക്കും.

വെനീസിൽനിന്ന് ഡ്യൂക്കിന്റെ പ്രതിനിധിയും ഡെസ്ഡമോണയുടെ അമ്മാവനുമായ ലോ ഡോവിക്കോ ഒരു കത്തുമായി വന്നു. അയാളെ വാദ്യഘോഷങ്ങളോടെ സ്വീകരിച്ച് ഡെസ്ഡമോണയും കൂട്ടരും ഒഥെ

ല്ലോയുടെ അടുത്തേക്കു കൊണ്ടുവന്നു. ഒഥെല്ലോ കത്തുവായിക്കുമ്പോൾ ഡെസ്ഡമോണ കാസ്സിയോക്കു സംഭവിച്ച ദൗർഭാഗ്യം അമ്മാവനെ അറിയിക്കുന്നു. ഒഥെല്ലോക്കു കാസ്സിയോയോടുള്ള എതിർപ്പ് പറഞ്ഞ് തീർക്കണമെന്ന് അഭ്യർത്ഥിക്കുന്നു.

കത്തിൽ എഴുതിയിരുന്നത് വെനീസിലെ സെനറ്റിന്റെ തീരുമാനമനുസരിച്ചുള്ള ഉത്തരവായിരുന്നു. ഒഥെല്ലോയോടു വെനീസ്സിലേക്കു മടങ്ങാനും അയാൾക്കു പകരം കാസ്സിയോയെ സൈപ്രസിലെ ഗവർണറാക്കാനുമായിരുന്നു ഉത്തരവ്. അത് ഒഥെല്ലോയെ ചൊടിപ്പിക്കുകയും ഡെസ്ഡമോണയെ സന്തോഷിപ്പിക്കുകയും ചെയ്യുന്നു. അവൾ അവളുടെ സന്തോഷം അറിയിച്ചപ്പോൾ ഒഥെല്ലോ അവളുടെ ചെകിട്ടത്തടിച്ചു. പിശാച് !

ഡെസ്ഡമോണ : അയ്യോ ഇതെന്താ ?

ലോഡോവികോ : (അമ്പരപ്പോടെ) ഞാനിതു നേരിൽ കണ്ടതുകൊണ്ടു വിശ്വസിക്കുകയാണ്. വെനീസിലാരും ഇതു കേട്ടാൽ വിശ്വസിക്കുകയില്ല. അതാ അവൾ കരയുന്നു. അങ്ങ് അവളെ സമാധാനിപ്പിച്ചാലും.

ഒഥെല്ലോ : പിശാച്, തനി പിശാച്. ഭൂമി പെണ്ണുങ്ങളുടെ കണ്ണുനീർകൊണ്ടു കുതിർന്നാൽ ഓരോ തുള്ളിയും ഓരോ മുതലയായിത്തീരും. പൊയ്ക്കോ എന്റെ കൺവെട്ടത്തുനിന്ന്.

ഡെസ്ഡമോണ കരഞ്ഞുകൊണ്ടു പോയപ്പോൾ അതു ശരിയായില്ലെന്നും അവളെ തിരിച്ചുവിളിക്കണമെന്നും ലോഡോവികോ ആവശ്യപ്പെടുന്നു. ഒഥെല്ലോ അവളെ തിരികെ വിളിച്ചിട്ടു ലോഡോവികോയുടെ സന്നിധിയിൽവെച്ച് പരിഹസിച്ചയക്കുന്നു. തുടർന്നു ലോഡോവികോയെ അത്താഴത്തിനു ക്ഷണിക്കുന്നു. ഡ്യൂക്കിന്റെ ഉത്തരവു താൻ അനുസരിക്കുന്നെന്നും ഉടൻതന്നെ കാസ്സിയോക്കു ചാർജ്ജുകൊടുത്തു വെനീസിലേക്കു മടങ്ങുമെന്നും അറിയിക്കുന്നു.

ഒഥെല്ലോ അകത്തേക്കു പോയിക്കഴിഞ്ഞപ്പോൾ ലോഡോവികോ ഇയാഗോയോട് ഒഥെല്ലോക്ക് എന്തു പറ്റിയെന്ന് അന്വേഷിക്കുന്നു. എന്തേ ഇങ്ങനെയൊരു സ്വഭാവമാറ്റം? ഇയാളെയാണോ ശക്തനും പ്രധാനിയുമായി വെനീസിലെ സെനറ്റംഗങ്ങൾ വാഴ്ത്തുന്ന മൂർ?

ഇയാഗോ ഒന്നിനും വ്യക്തമായ മറുപടി പറയന്നില്ല.

സ്വന്തം ഭാര്യയെ മാന്യനായ ഒരാൾ മറ്റുള്ളവരുടെ മുമ്പിൽ വെച്ചു തല്ലുമോ? ഡ്യൂക്കിന്റെ പുതിയ കല്പന അയാളുടെ മനസ്സിന്റെ സമനില തെറ്റിച്ചതായിരിക്കുമോ?

പന്ത്രണ്ട്

(Act IV, Scene 2)

അകത്തുപോയ ഒഥെല്ലോ എമിലിയയെ വിളിച്ച് ഡെസ്ഡമോണയുടെ സ്വഭാവത്തെക്കുറിച്ച് രഹസ്യാന്വേഷണം നടത്തുന്നു. കാസ്സിയോയോട് അവൾ സംസാരിക്കുമ്പോഴെല്ലാം താൻ കൂടെ ഉണ്ടായിരുന്നെന്ന് എമിലിയ പറയുന്നു. അസാധാരണമായ ഒന്നും തന്നെ അവരുടെ പെരുമാറ്റത്തിലോ സംഭാഷണത്തിലോ ഉണ്ടായിരുന്നില്ലെന്നു എമിലിയ പറഞ്ഞിട്ട് അയാൾക്ക് വിശ്വാസം വരുന്നില്ല.

ഒഥെല്ലോ : അവർ നീ കേൾക്കാതെ അടക്കിയ ശബ്ദത്തിൽ വല്ലതും പറയാറുണ്ടോ?

എമിലിയ : ഇല്ല അങ്ങുന്നെ.

ഒഥെല്ലോ : അവളുടെ വിശറിയോ കയ്യുറയോ മുഖാവരണമോ എടുക്കാൻ നിന്നെ പറഞ്ഞയച്ചിട്ടില്ലേ?

എമിലിയ : ഇല്ല, ഒരിക്കലുമില്ല.

ഒഥെല്ലോ : അതു വിചിത്രമായിരിക്കുന്നല്ലോ.

എമിലിയ : എന്റെ ദേവി ചാരിത്ര്യവതിയാണെന്നു ഞാൻ നിശ്ചയമായും പറയുന്നു. അത് തെളിയിക്കാൻ ഞാനെന്റെ ജീവൻ നൽകും. ഏതു ദുഷ്ടനാണ് ഇങ്ങനെയൊരു നശിച്ച വിചാരം അങ്ങയുടെ തലയിലേറ്റിയത് അവൻ നശിച്ചുപോകും. എന്റെ ദേവി സത്യസന്ധയും ചാരിത്ര്യവതിയുമല്ലെങ്കിൽ ഒരു പുരുഷന്റെ ഭാര്യയും സത്യവതിയല്ല.

എന്നിട്ടും ഒഥെല്ലോക്ക് അത് വിശ്വാസമാകുന്നില്ല. എമിലിയ ഒരു കള്ളിയാണെന്നും രഹസ്യങ്ങൾ അവൾ അകത്തുവെച്ചു പൂട്ടിയിരിക്കുകയാണെന്നും അയാൾ സംശയിച്ചു. അവളെ പറഞ്ഞയച്ച് ഡെസ്ഡമോണയെ വിളിപ്പിച്ചശേഷം അവളെ അവളുടെ ജോലിക്കായി പറഞ്ഞയച്ചു.

ഒഥെല്ലോയുടെ ചോദ്യങ്ങളുടെ അർത്ഥമെന്താണെന്നു ഡെസ്ഡമോണക്കു മനസ്സിലാകുന്നില്ല.

ഒഥെല്ലോ : നീയാരാണ്?

ഡെസ്ഡമോണ : ഞാൻ അങ്ങയുടെ പരിശുദ്ധയും ചാരിത്ര്യവതിയുമായ ഭാര്യ.

ഒഥെല്ലോ : നീ അങ്ങനെ സത്യം ചെയ്യ്. അതിന്റെ പാപം കൂടി നിന്റെ മേൽ പതിക്കട്ടെ. ചെകുത്താന്മാർ പോലും നിന്നെ ഭയക്കും. നീ ചാരിത്ര്യവതിയാണെന്നു സത്യം ചെയ്യ്.

ഡെസ്ഡമോണ : അതു ദൈവത്തിനറിയാം.

ഒഥെല്ലോ : നീ നരകം പോലെ കള്ളമുള്ളവളാണെന്ന് അറിയും ദൈവം.

ഡെസ്ഡമോണ : ആരോടാണു പ്രഭു ഞാൻ കള്ളം കാണിച്ചത്?

ഒഥെല്ലോ : നീ പോകൂ ഡെസ്ഡമോണ.

ഡെസ്ഡമോണ : ഇതൊരു ശപിക്കപ്പെട്ട ദിവസമാകുന്നു. കരഞ്ഞതുകൊണ്ടും ഫലമില്ല. അങ്ങയെ വെനീസിലേക്കു തിരിച്ചയച്ചതിൽ എന്റെ അച്ഛനു വല്ല പങ്കുമുണ്ടെന്ന് അങ്ങ് സംശയിക്കുന്നുണ്ടോ? ഉണ്ടെങ്കിൽ അതിന് എന്നെ എന്തിന് പഴിക്കുന്നു? അദ്ദേഹത്തിന്റെ പിൻബലം അങ്ങേക്ക് ഇപ്പോഴാണു നഷ്ടമായതെങ്കിൽ എനിക്ക് നേരത്തെ നഷ്ടമായി.

ഒഥെല്ലോ : എത്ര കഷ്ടപ്പാടുകളും ആപത്തുകളും എന്റെ മേൽ പതിച്ചാലും ഞാൻ പട്ടിണിക്കാരനോ അടിമയോ ആയി മാറിയാലും എന്റെ മനസ്സിന് ഇപ്പോഴുള്ളതിനേക്കാൾ ആശ്വാസം കിട്ടുമായിരുന്നു. കാലം എന്നെ ഒരു പരിഹാസപാത്രമാക്കുന്നതും എന്റെ നേരെ വിരൽചൂണ്ടുന്നതും സഹിക്കാം. എന്നാൽ എന്റെ ഹൃദയം എവിടെ ഊന്നിയോ അവിടെ ഞാൻ അവഗണിക്കപ്പെടുന്നതു സഹിക്കവയ്യാ. എനിക്ക് ഊർജ്ജം ലഭിച്ചിരുന്നിടം വഴിയേ പോകുന്ന തവളകൾക്കു കയറിയിരുന്നു കുട്ടികളെ ജനിപ്പിക്കുന്ന കുഴിയാവരുത്. നീ യുവതിയാണ്, ചെഞ്ചുണ്ടുകളുള്ള കുട്ടി മാലാഖയാണ്. നിന്റെ നിറം മങ്ങിയിരിക്കുന്നു, നിന്റെ മുഖം നരകം പോലെ ഇരുണ്ടിരിക്കുന്നു.

ഡെസ്ഡമോണ : എന്റെ പ്രിയനാഥൻ എന്നെ സത്യസന്ധയായി കരുതുമെന്നു വിശ്വസിക്കുന്നു.

ഒഥെല്ലോ : വേനൽക്കാലത്ത് കശാപ്പുശാലയിൽ കൂടുന്ന ഈച്ചകൾ കാറ്റൂതുമ്പോൾ പറന്നുപോകുന്നു. പാഴ്ചെടിയാണ് നീ. പക്ഷെ നീ സുന്ദരിയാണ്. എന്തെന്തു സുഗന്ധം ! അത് ശ്വസിച്ച് ഞാൻ തളരുന്നു. നീ ജനിക്കാതിരുന്നെങ്കിൽ...!

ഡെസ്ഡമോണ : അറിയാതെ എന്തു കുറ്റമാണ് ഞാൻ ചെയ്തത്?

ഒഥെല്ലോ : ഈ മനോഹരമായതും നല്ലതുമായ പുസ്തകമുണ്ടാക്കി

യത് അതിന്റെ പുറത്ത് വേശ്യയെന്നെഴുതാനാണോ? നീ എന്തു ചെയ്തെന്നോ? അതു പറഞ്ഞാൽ എന്റെ കവിളുകൾ നിന്റെ വിനയത്തെ എരിക്കുന്ന തീക്കൊള്ളികളാകും. നീ എന്തു ചെയ്തെന്നോ? അതുകേട്ടാൽ ദൈവം തന്നെ അമ്പരന്നു പോകും. ചന്ദ്രബിംബം കണ്ണടക്കും. കാറ്റ് ഭൂഗർഭത്തിലേക്ക് മടങ്ങിപ്പോകും. നീ എന്തു ചെയ്തെന്നോ? പിഴച്ചവൾ, വേശ്യ.

ഡെസ്ഡമോണ : അങ്ങെന്നെ വെറുതെ പഴിക്കുകയാണ്.

ഒഥെല്ലോ : നീയൊരു വേശ്യയല്ലേ ?

ഡെസ്ഡമോണ : അല്ല, ശരിയായ ക്രിസ്ത്യാനി. ശരീരമെന്ന ഈ പാത്രത്തെ എന്റെ നാഥനുവേണ്ടി ശുദ്ധമായി സൂക്ഷിക്കുന്നവൾ. ഞാൻ വേശ്യയല്ല.

ഒഥെല്ലോ : വേശ്യയല്ലെന്നോ?

ഡെസ്ഡമോണ : അതു സാദ്ധ്യമാണോ?

ഡെസ്ഡമോണ : ദൈവം നമ്മോടു പൊറുക്കട്ടെ.

ഒഥെല്ലോ : ഞാൻ നിന്റെ ദയക്കായി കരയുന്നു. ഒഥെല്ലോയെ കല്യാണം കഴിച്ച വെനീസിലെ കുബുദ്ധിയായ വേശ്യയായി നിന്നെ ഞാൻ കരുതുന്നു. എടീ നിന്റെ സ്ഥാനം. സെന്റ് പീറ്റർക്കെതിർ ഭാഗത്താണ് നരകത്തിൽ.

എമിലിയ വരുന്നതു കണ്ടപ്പോൾ ഒഥെല്ലോ അവളുടെ നേരെ തിരിഞ്ഞു. ഞങ്ങളുടെ പണി കഴിഞ്ഞു. ഞാൻ പോകുന്നു. നീ നിന്റെ വായടച്ചുതന്നെ വെച്ചോളൂ.

ഒഥെല്ലോ നടന്നു കഴിഞ്ഞപ്പോൾ എമിലിയ ചോദിച്ചു : ഈ മാന്യദേഹത്തിന് എന്താണ് സംഭവിച്ചത്? ഭവതിക്കെന്തു തോന്നുന്നു?

എമിലിയ : ദേവി, എന്റെ പ്രഭുവിന് എന്താണ് സംഭവിച്ചത്?

ഡെസ്ഡമോണ : ആരാ നിന്റെ പ്രഭു.

എമിലിയ : ദേവിയുടെ പ്രഭുതന്നെ.

ഡെസ്ഡമോണ : എനിക്കങ്ങനെ ഒരാളില്ല. എനിക്കു കരയാൻ കഴിയുന്നില്ല. ചോദ്യങ്ങൾക്കുത്തരം നൽകാൻ കഴിയുന്നില്ല. എല്ലാം ഒഴുകിപ്പോകട്ടെ. എമിലിയ, ഈ രാത്രിയിൽ എന്റെ വിവാഹരാത്രിയിലെ വിരിപ്പുവേണം കിടക്കയിൽ വിരിക്കാൻ. പിന്നെ മതി എന്റെ ഭർത്താവിനെ വിളിക്കുന്നത്.

ഡെസ്ഡമോണയുടെ ആവശ്യപ്രകാരം എമിലിയ ഇയാഗോയെ വിളിച്ചുകൊണ്ടു വന്നു. ഡെസ്ഡമോണ ഒഥെല്ലോയുടെ പെരുമാറ്റത്തെക്കുറിച്ചു പരാതിപറയുമ്പോൾ ഒന്നും അറിയാത്ത ഭാവത്തിൽ നിൽക്കുന്നു

ഇയാഗോ...

എമിലിയ : ഈ ദേവി അവളുടെ അച്ഛനും ബന്ധുക്കളും കൊണ്ടു വന്ന വിവാഹാലോചനകൾ വേണ്ടെന്നുവെച്ചവളാണ്. അവളെയാണു വേശ്യയെന്നു വിളിക്കുന്നത്.

ഡെസ്ഡമോണ : എന്റെ ഗൃഹപ്പിഴ.

ഇയാഗോ : തെറ്റുതന്നെ. എങ്ങനെ ഈ തെറ്റിദ്ധാരണ അദ്ദേഹത്തിനു ണ്ടായി ?

ഡെസ്ഡമോണ : എനിക്കറിയില്ല.

എമിലിയ : ഏതോ ദുഷ്ടൻ, കള്ളൻ, ചതിയൻ, കഴുവേറി എന്തോ നേട്ടത്തിനു വേണ്ടി അദ്ദേഹത്തെ തെറ്റിദ്ധരിപ്പിച്ചതാണെന്ന് എനിക്കു നിശ്ചയമുണ്ട്.

ഇയാഗോ : ഇവിടെ അങ്ങനെയൊരാളില്ല. ഉണ്ടാവാനും സാദ്ധ്യതയി ല്ല.

ഡെസ്ഡമോണ : അങ്ങനെ ഒരുത്തനുണ്ടെങ്കിൽ അവനു ദൈവം മാപ്പുകൊടുക്കട്ടെ.

എമിലിയ : മാപ്പല്ല, കൊലക്കയറാ അവനു കൊടുക്കേണ്ടത്. അവന്റെ എല്ലുകൾ ഉരുകി നശിക്കണം. മൂർ എന്തിനു ദേവിയെ വേശ്യയെന്നു വിളിച്ചു? എന്തെല്ലാം അറിയണം. ആര് അവളോടൊപ്പമുണ്ടായിരുന്നു, എവിടെ, ഏത് സമയത്ത്, ഏത് രീതിയിൽ, എന്തുമാതിരി? മൂറിനെ ഏതോ ദുഷിച്ച കള്ളൻ തെറ്റിദ്ധരിപ്പിച്ചിട്ടുണ്ട്. ദുഷ്ടൻ. ആ സഹായി ആരാ യാലും അവനെ കണ്ടെത്തണം. ഓരോ മാന്യമനുഷ്യന്റെയും കൈയിൽ ഓരോ ചാട്ടകൊടുത്തിട്ട് കിഴക്കുനിന്നു പടിഞ്ഞാറോളം അടിക്കണം. അവ നെ.

ഇയാഗോ : വീടിനുള്ളിൽ നിന്നു പറ.

എമിലിയ : അങ്ങനെ ഏതോ കള്ളനാണു നിങ്ങളുടെ സംശയങ്ങളെ ഉണർത്തിയതും എനിക്കു മൂറുമായി ബന്ധമുണ്ടെന്നു പറഞ്ഞതും.

ഇയാഗോ : നീയൊരു മണ്ടിയാണ്. മതിയാക്കി അകത്തുപോ.

ഡെസ്ഡമോണ : നല്ലവനായ ഇയാഗോ, എന്റെ നാഥന്റെ വിശ്വാസ മാർജ്ജിക്കാൻ ഞാനെന്താണു ചെയ്യേണ്ടത് ? നല്ല സ്നേഹിതാ, നിങ്ങൾ അദ്ദേഹത്തിന്റെ അടുത്തുപോയി എന്നെ വേശ്യയെന്ന് വിളിച്ചത് എന്തി നാണെന്ന് അന്വേഷിക്കുമോ? ഞാൻ അപേക്ഷിക്കുകയാണ്. വാക്കിലോ പ്രവൃത്തിയിലോ അദ്ദേഹത്തിന്റെ സ്നേഹം കെടുത്തത്തക്കവണ്ണം ഞാൻ എന്തെങ്കിലും പ്രവർത്തിച്ചിട്ടുണ്ടെങ്കിൽ, എന്റെ ശരീരമോ മനസ്സോ മറ്റു രീതിയിൽ ചരിച്ചിട്ടുണ്ടെങ്കിൽ, അദ്ദേഹമെന്നെ വെടിഞ്ഞുകൊള്ള

ട്ടെ. പക്ഷെ അദ്ദേഹത്തിന്റെ ദയാരഹിതമായ പെരുമാറ്റം എന്നെ നിരാശപ്പെടുത്തുന്നു. അത് സ്നേഹമില്ലാതാക്കുന്നില്ല. വേശ്യയെന്ന വാക്ക് എനിക്കുച്ചരിക്കാൻ കഴിയുന്നില്ല. ലോകം എങ്ങനെയായാലും എത്ര മാത്രം പ്രലോഭിപ്പിച്ചാലും ഞാനങ്ങനെ ആവുകയില്ല.

ഇയാഗോ : ക്ഷമിക്കൂ. രാജ്യകാരണങ്ങളിൽ അദ്ദേഹം ഏറെ വിഷമിക്കുന്നുണ്ട്. അതുകൊണ്ടാണ് നിങ്ങളെ ശകാരിക്കുന്നത്.

ഡെസ്ഡമോണ : മറ്റൊന്നുമാവാതിരുന്നാൽ മതി.

ഇയാഗോ : മറ്റൊന്നുമല്ല അതുതന്നെയാണ്. എനിക്ക് നിശ്ചയമുണ്ട്.

അത്താഴത്തിനു സമയമായി എന്നറിയിക്കുന്ന വാദ്യശബ്ദം അകത്തുനിന്നു കേൾക്കുന്നു. ഇന്നത്തെ അത്താഴത്തിനു വെനീസിൽ നിന്നു കത്തുമായി വന്ന രാജപ്രതിനിധിയുണ്ട്. അതിഥിയായി. അതുകൊണ്ട് അതിൽ പങ്കെടുക്കേണ്ട ആവശ്യം ഇയാഗോ ഓർമ്മപ്പെടുത്തുകയും ഡെസ്ഡമോണയും എമിലിയായും പോവുകയും ചെയ്യുന്നു.

ഇയാഗോയുടെ ചൂഷണത്തിനിരയായ റോഡെറിഗോ താൻ പ്രതീക്ഷിച്ചതൊന്നും നടക്കാത്തതിൽ നിരാശനായി അയാളെ കാണാൻ വരുന്നു. ഡെസ്ഡമോണക്കു കൊടുക്കാനെന്നു പറഞ്ഞ് ഇയാഗോ അയാളിൽ നിന്നു വാങ്ങിയ സ്വർണ്ണാഭരണം തിരികെത്തരികയോ അല്ലെങ്കിൽ തന്റെ ഇംഗിതം നിറവേറ്റുകയോ വേണം. അത് ഇയാഗോ അവൾക്കു കൊടുത്തെങ്കിൽ അവളിൽ നിന്ന് തനിക്കനുകൂലമായ പ്രതികരണമുണ്ടാകാത്തത് എന്തുകൊണ്ടാണ്?

ഇയാഗോ അയാളെ സമാധാനിപ്പിച്ചുകൊണ്ട് തന്റെ ബുദ്ധിയിൽ രൂപം കൊണ്ട പരിപാടി അവതരിപ്പിച്ചു. ഒഥെല്ലോയെ വെനീസിലേക്കു മടക്കി വിളിച്ചിരിക്കയാണ്. പകരം ഇവിടെ കാസ്സിയോ. കാസ്സിയോയെ കൊന്നാൽ ഒഥെല്ലോയുടെ പോക്കു മുടങ്ങും. ഡെസ്ഡമോണ ഇവിടെത്തന്നെ ഉണ്ടാവും. റോഡറിഗോക്ക് അടുത്തരാത്രിയിൽ അവളെ അനുഭവിക്കാം. കാസ്സിയോ ഇന്നു വേശ്യ ബിയാങ്കായുടെ വീട്ടിലാണ് അത്താഴം കഴിക്കുക. അവിടെ നിന്നിറങ്ങുമ്പോൾ കഥ കഴിക്കാം. ഒരുങ്ങി നിൽക്കണം രാത്രി പന്ത്രണ്ടിനും ഒരു മണിക്കുമിടക്ക്. അടുത്തുതന്നെ താനും ഉണ്ടാവുമെന്ന് ഇയാഗോ പറഞ്ഞു.

പതിമ്മൂന്ന്

(Act IV, Scene 3)

അത്താഴവിരുന്നുകഴിഞ്ഞ് അതിഥിയായ ലോഡോവികോക്കൊപ്പം ഒഥെല്ലോയും ഡെസ്ഡമോണയും എമിലിയയും ഇറങ്ങിവരുന്നു. ഒഥെല്ലോ ഭാര്യയോട് എമിലിയയെ ഒഴിവാക്കാനും കിടപ്പുമുറിയിലേക്കു പോകാനും ആവശ്യപ്പെടുന്നു. അതിഥിയോടൊപ്പം കുറച്ചു നടന്നതിനു ശേഷം താൻ ഉടനെ മടങ്ങിവരുന്നതാണ്.

ഒഥെല്ലോ നീങ്ങിക്കഴിഞ്ഞപ്പോൾ അദ്ദേഹത്തിന്റെ പെരുമാറ്റത്തിൽ മാറ്റം കാണുന്നുണ്ടെന്നു എമിലിയ ഡെസ്ഡമോണയോടു പറഞ്ഞു. ശരിയല്ലേ?

ഡെസ്ഡമോണ : നിന്നെ ഒഴിവാക്കാനും എന്നോടു കിടപ്പുമുറിയിലേക്കു പോകാനുമാണു പറഞ്ഞത്.

എമിലിയ : എന്നെ ഒഴിവാക്കുന്നു!

ഡെസ്ഡമോണ : അദ്ദേഹത്തിന്റെ കൽപ്പനയാണ്. അനുസരിക്കാം. നീ പൊയ്ക്കോളൂ.

എമിലിയ : ഭവതി അദ്ദേഹത്തെ ഒരിക്കലും കാണാതിരുന്നെങ്കിൽ!

ഡെസ്ഡമോണ : ഞാനങ്ങനെ കരുതുന്നില്ല. അദ്ദേഹത്തിന്റെ നിശ്ചയദാർഢ്യവും നിയന്ത്രണവും പോലെ ക്ഷോഭിച്ച മുഖവും ഞാനിഷ്ടപ്പെടുന്നു.

എമിലിയ : ഞാൻ ഭവതി ആവശ്യപ്പെട്ട ഷീറ്റുകൾ വിരിച്ചിട്ടുണ്ട്.

ഡെസ്ഡമോണ : എല്ലാം അങ്ങനെ തന്നെ.

നമ്മുടെ ഹൃദയങ്ങൾ ഓരോരോ മണ്ടത്തരങ്ങൾ കാണുന്നു. നിനക്കുമുമ്പേ ഞാൻ മരിക്കുകയാണെങ്കിൽ ആ ഷീറ്റുകൾ കൊണ്ട് നീയെന്നെ മൂടണം.

എമിലിയ : ഭവതി എന്താ അങ്ങനെ പറയുന്നത് ?

ഡെസ്ഡമോണ : എന്റെ അമ്മക്കു ബാർബേറി എന്നുപേരായ ഒരു പരിചാരിക ഉണ്ടായിരുന്നു. അവൾ ഒരാളിനെ സ്നേഹിച്ചു. അയാൾക്കു

ഭ്രാന്തായി അവളെ ഉപേക്ഷിച്ചുപോയി. അവൾക്കു വില്ലോ മരത്തെക്കുറിച്ച് ഒരു പാട്ടുണ്ടായിരുന്നു. പഴയതാണെങ്കിലും അവളുടെ മനോദുഃഖം സൂചിപ്പിക്കുന്ന പാട്ട്. അത് പാടിക്കൊണ്ടായിരുന്നു അവൾ മരിച്ചത്.

ആ പാട്ട് എനിക്കീ രാത്രിയിൽ ഓർമ്മവരുന്നു. എനിക്കു ചിലതൊക്കെ ചെയ്യണമെന്നു തോന്നുന്നു. തല ഒരു വശത്തേക്കു ചരിച്ചുവെച്ചു കിടന്ന് പാവപ്പെട്ട ബാർബേറയെപ്പോലെ പാടണമെന്നൊരാഗ്രഹം...

എമിലിയ : ഞാൻ പോയി ഭവതിയുടെ രാത്രി ഗൗൺ കൊണ്ടുവരട്ടെ.

ഡെസ്ഡമോണ : വേണ്ടാ, ഈ വസ്ത്രമൊന്നഴിച്ചാൽ മതി. ഈ ലോഡോവികോ വളരെ മാന്യനല്ലേ?

എമിലിയ : അതി സുന്ദരൻ

ഡെസ്ഡമോണ : വളരെ മാന്യമായി സംസാരിക്കുന്നു.

എമിലിയ : അയാളുടെ ചുണ്ടിലൊരു ചുംബനം കൊടുക്കാൻ ചെരുപ്പുപോലുമിടാതെ പാലസ്തീൻ വരെ പോകാൻ തയ്യാറുള്ള ഒരുത്തി വെനീസിലുണ്ട്. എനിക്കവളെ അറിയാം.

ഡെസ്ഡമോണയുടെ വദനം ഗൗരവം പൂണ്ടു.

അവൾ പാടിത്തുടങ്ങി :

വില്ലോ വില്ലോ വില്ലോ
പാടുന്നു, പാടുന്നവൾ
കരം മാറിൽ ചേർത്തും
കാൽമുട്ടിൽ തലവെച്ചും
സൈക്കോമോർ മരത്തിന്റെ
സവിധത്തിലിരുന്നവൾ
നെടുവീർപ്പോടെ ചൊല്ലി
വില്ലോ വില്ലോ വില്ലോ
അരികിലൂടൊഴുകുന്ന
അരുവിയപ്പാവത്തിന്റെ
സ്വരം മർമ്മരമാക്കി
വില്ലോ വില്ലോ വില്ലോ
അവൾ തൻ മിഴിനീരിൻ
ലവണത്താൽ മൃദുലമായ്
കാൽച്ചോട്ടിൽ കിടക്കുന്ന
കല്ലുകളുടെ നീളം
പച്ചയാമൊരു വില്ലോ

മരമാണെൻ പൂമാല
അതു ഞാൻ വരിക്കുന്നു
അവനെ വെടിയുന്നു.
എൻ പ്രേമം വ്യാജപ്രേമം
ഞാൻ പാടി അവനപ്പോൾ
പാടി വീണ്ടും വീണ്ടും
വില്ലോ വില്ലോ വില്ലോ
പെണ്ണിനെ ഞാൻ തേടുമ്പോൾ
ആണിനെ നീ തേടുന്നു
അതിനാൽ നീ പൊയ്ക്കോളൂ
നിനക്കു ശുഭരാത്രി....

പാടിക്കഴിഞ്ഞു ഡെസ്ഡമോണ തന്റെ കണ്ണുകൾ ചൊറിയുന്നതായും തനിക്കു കരയേണ്ടി വന്നേക്കാമെന്നും പറയുന്നു. "എമിലിയാ" അവൾ ചോദിച്ചു. "നിനക്കറിയാമോ പുരുഷന്മാരെ വഞ്ചിക്കുന്ന സ്ത്രീകളെക്കുറിച്ച്"

എമിലിയ : ചിലരങ്ങനെയുണ്ട്

ഡെസ്ഡമോണ : ഈ ലോകം തന്നെതന്നാലും നീയങ്ങനെ ചെയ്യുമോ?

എമിലിയ : ലോകം മുഴുവൻ തന്നാലും ഭവതി അതു ചെയ്യുമോ?

ഡെസ്ഡമോണ : ഈ ആകാശവെളിച്ചത്തെ സാക്ഷിയാക്കിപ്പറയുന്നു, ഇല്ല.

എമിലിയ : ആകാശവെളിച്ചത്തിൽ ഞാനതു ചെയ്യുകയില്ല. പക്ഷെ ഇരുട്ടത്തു ചെയ്തെന്നിരിക്കും.

ഡെസ്ഡമോണ : ലോകം മുഴുവൻ കിട്ടിയാൽ നീയതു ചെയ്യുമെന്നോ?

എമിലിയ : ചെറിയ തെറ്റിനു കിട്ടുന്ന വലിയൊരു സാധനമല്ലേ ഭൂമി?

ഡെസ്ഡമോ ണ : സത്യത്തിൽ നിനക്കതു ചെയ്യാൻ കഴിയില്ല.

എമിലിയ : സത്യത്തിൽ എനിക്കതു ചെയ്യാൻ കഴിയും. പക്ഷെ അത് ഒരു ഗൗണിനു വേണ്ടിയോ പെറ്റിക്കോട്ടിനു വേണ്ടിയോ ആയിരിക്കില്ല. വലിയ കാര്യത്തിനു വേണ്ടി, ലോകം കിട്ടാൻ വേണ്ടിയായിരിക്കും. തന്റെ ഭർത്താവിനെ അതുകൊണ്ടൊരു ചക്രവർത്തിയാക്കാൻ കഴിയുമെങ്കിൽ ഏതു ഭാര്യയാണതു ചെയ്യാത്തത് ? അതിനു നരകത്തിൽ പോകാനും ഞാൻ തയ്യാറാണ്.

തുടർന്ന് ഭാര്യമാർ വഴിതെറ്റാൻ കാരണം അവരുടെ ഭർത്താക്കന്മാരാണെന്ന് എമിലിയ പറഞ്ഞു. അവർ അവരുടെ കടമ നിറവേറ്റാതെ

മറ്റാർക്കോ വേണ്ടി ധനം ധൂർത്തടിക്കുന്നു. ചിലർ സംശയത്തിന്റെ പേരിൽ നമ്മുടെ സ്വാതന്ത്ര്യം ഹനിക്കുന്നു. ശാരീരികമായി ദ്രോഹിക്കുന്നു, ചെലവിനുതരാതെ കഷ്ടപ്പെടുത്തുന്നു. ഭർത്താക്കന്മാർക്കുള്ളതു പോലെ വികാരങ്ങളും അനുഭൂതികളും ഭാര്യമാർക്കുമുണ്ട്. അതവരറിയുകയും നമ്മളെ വേണ്ടരീതിയിൽ ഉപയോഗിക്കുകയും വേണം. അല്ലെങ്കിൽ നമ്മൾ നമ്മുടെ വഴിനോക്കുമെന്ന് അവർ അറിയട്ടെ.

ഡെസ്ഡമോണ : തെറ്റിൽ നിന്നു തെറ്റിനെ സ്വീകരിക്കാതെ തെറ്റു തിരുത്താൻ ശ്രമിക്കുക. ദൈവം അതിനെന്നെ അനുഗ്രഹിക്കട്ടെ. ശുഭരാത്രി.

പതിന്നാല്

(Act V, Scene 1)

ബിയാങ്കയുടെ ഭവനത്തിനു സമീപമുള്ള തെരുവിൽ അർദ്ധരാത്രി നേരത്ത് ഇയാഗോയും റോഡെറിഗോയും വന്നുനിൽക്കുന്നു. ഇരുട്ടത്ത് മറ്റാരും കാണാതെ നിൽക്കുകയാണ്. വേശ്യ ബിയാങ്കയുടെ വീട്ടിൽ നിന്ന് അത്താഴം കഴിച്ച് അവളുമായി രമിച്ചതിനുശേഷം ഇറങ്ങിവരുന്ന കാസ്സിയോയെ കൊല്ലാനാണ് പരിപാടി. മണ്ടനായ റോഡെറിഗോയെ പ്രലോഭിപ്പിച്ചു അയാളെക്കൊണ്ടു കൃത്യം ചെയ്യിക്കാൻ ഒരുമ്പെടുന്നു ഇയാഗോ. റോഡെറിഗോയെ ഒരു വൃക്ഷത്തിനരികിൽ നിർത്തിയശേഷം ഇയാഗോ ആത്മഗതത്തിലൂടെ തന്റെ ഇംഗിതം വെളിപ്പെടുത്തുന്നു.

"ഈ യുവ വിഡ്ഢിയെ ഞാൻ കുറേ പറ്റിച്ചു. ഇപ്പോഴവൻ എന്നോടു കോപിച്ചിരിക്കുകയാണ്. അവൻ കാസ്സിയോയെ കൊന്നാലും കാസ്സിയോ അവനെ കൊന്നാലും എനിക്കു ലാഭം തന്നെ. റോഡെറിഗോ ജീവിച്ചിരുന്നാൽ ഡെസ്ഡമോണക്കു കൊടുക്കാനെന്നുപറഞ്ഞ് ഞാൻ അയാളിൽ നിന്നു വാങ്ങിയ പണവും രത്നങ്ങളും തിരികെ നൽകേണ്ടിവരും. കാസ്സിയോ ജീവിച്ചിരുന്നാൽ അവന്റെ നിത്യേനയുള്ള ജീവിതാസ്വാദനം എനിക്കു സഹിക്കാൻ കഴിയില്ല. ഞാൻ മൂറിനോടു പറഞ്ഞതെല്ലാം മൂർ അവനോട് പറഞ്ഞാൽ അത് അപകടമുണ്ടാക്കും. അവനും മരിക്കണം. അവൻ വരുന്നുണ്ടെന്നു തോന്നുന്നു."

കാസ്സിയോ വരുന്നതു കാത്തുനിന്ന റോഡെറിഗോ കണ്ടു. അയാൾ ചാടിവീണ് കാസ്സിയോയെ വാൾകൊണ്ടു വെട്ടിയെങ്കിലും പടച്ചട്ട ധരിച്ചിരുന്നതിനാൽ കാസ്സിയോക്കു വെട്ടുകൊണ്ടില്ല. കാസ്സിയോ ഉടനെ വാളൂരി തന്നെ ആക്രമിച്ചവനെ വെട്ടിപ്പരുക്കേൽപ്പിച്ചു. ഒരു നിലവിളിയോടെ റോഡെറിഗോ നിലംപതിച്ചു. ഇയാഗോ അന്നേരം ഇരുട്ടത്തു പിന്നിലൂടെ ചെന്ന് കാസ്സിയോയുടെ കാലിനു വെട്ടി. കാസ്സിയോ വീണു.

നിലവിളികേട്ടു വന്ന ഒഥെല്ലോ നിലവിളിക്കുന്നതു കാസ്സിയോയാണെന്നറിഞ്ഞപ്പോൾ സമാധാനിക്കുന്നു. ഇയാഗോ തനിക്കുതന്ന വാക്കുപാ

ലിച്ചിരിക്കുന്നു. മിടുക്കനാണയാൾ. അവൾ അറിയട്ടെ അവളുടെ പ്രിയ കാമുകൻ മരിച്ചെന്ന്. നിന്റെ വശീകരണ യത്നങ്ങളെല്ലാം അറിഞ്ഞു മനസ്സിൽ വെച്ചു കൊണ്ടു താൻ വരുന്നു. നിന്റെ കാമകേളികളുടെ കിട ക്കയിൽത്തന്നെയായിരിക്കും നിന്റെ അന്ത്യം.

ഒഥെല്ലോ ഒന്നും അന്വേഷിക്കാൻ നിൽക്കാതെ നടന്നുപോയി. അപ്പോൾ അതുവഴി വന്ന ലോഡോവികോയും അയാളുടെ ബന്ധുവായ ഗ്രാഷിയാനോയും നിലവിളി കേട്ടു നിൽക്കുന്നെങ്കിലും ഇരുട്ടായതിനാൽ ഒന്നും മനസ്സിലായില്ല. അന്നേരം ഒരു വിളക്കുമായി വരുന്നു ഇയാഗോ. മുറിവേറ്റു കിടക്കുന്നവരെ അയാൾ ഒന്നും ചെയ്യുന്നില്ല. റോഡെറിഗോ അയാളെ ശപിക്കുന്നു: മനുഷ്യത്വമില്ലാത്ത നായ.

തന്റെ വീടിന്റെ മുമ്പിൽ നിലവിളി കേട്ട് ബിയാങ്കാ ഇറങ്ങിവന്നു.കാസ്സി യോക്കു മുറിവേറ്റതു കണ്ടപ്പോൾ അവൾ നിലവിളിച്ചു. അപകടങ്ങൾക്കു കാരണം അവളാണെന്ന ഇയാഗോയുടെ കുറ്റപ്പെടുത്തൽ അവൾ നിഷേ ധിച്ചു. അവളെ വിലങ്ങുവെക്കുമെന്നു ഭീഷണിപ്പെടുത്തി ഇയാഗോ. വെനീ സിൽ നിന്നു വന്ന ഗ്രാഷിയാനോ അതിനിടയിൽ റോഡറിഗോയെ തിരി ച്ചറിയുന്നു. അവർ കസേരകൾ വരുത്തി മുറിവേറ്റവരെ അതിലിരുത്തി കൊണ്ടുപോയി.

അവിടെ എന്താണു സംഭവിച്ചതെന്നും തന്റെ ഭർത്താവിനു എന്താണു പറ്റിയതെന്നുമറിയാൻ എമിലിയ വന്നു. ഇയാഗോ അവളോടു പറഞ്ഞു: ഇരുട്ടത്ത് കാസ്സിയോയെ റോഡെറിഗോ ആക്രമിച്ചെന്നും രണ്ടുപേർക്കും മുറിവേറ്റെന്നും. റോഡെറിഗോ മരിച്ചു. കാസ്സിയോ മരിക്കാറായി കിടക്കു ന്നു. എമിലിയോ ദുഃഖിതയായി.

ഇയാഗോ : ഇതു വ്യഭിചാരത്തിന്റെ ഫലമാണ്. കാസ്സിയോ എവിടെ യായിരുന്നു അത്താഴം കഴിച്ചതെന്നറിയാമോ?

ബിയാങ്ക : അയാൾ അത്താഴം കഴിച്ചത് എന്റെ വീട്ടിലാണ്. അതു കൊണ്ടു വിറക്കുന്നില്ല ഞാൻ.

ഇയാഗോ : എങ്കിൽ നീ കുറ്റക്കാരിയാണ്. നീ പോകരുത്, വരണം എന്റെ കൂടെ.

എമിലിയ : നാണം കെട്ട വേശ്യ

ബിയാങ്ക : ഞാൻ വേശ്യയല്ല. നിന്നെപ്പോലെ അന്തസ്സായി ജീവിക്കു ന്നവളാണ്.

ഇയാഗോ കാത്തുനിൽക്കുന്ന മാന്യന്മാരോടൊപ്പം കാസ്സിയോയെ കാണാൻ പോകുന്നു. നടന്ന വിവരങ്ങൾ ഒഥെല്ലോയെ ധരിപ്പിക്കാൻ എമി ലിയയോടു പറഞ്ഞിട്ട് ആത്മഗതം ചെയ്യുന്നു.

“എന്നെ ഉയർത്തുന്നതും തകർക്കുന്നതും ഈ രാത്രിയാണ്.”

പതിനഞ്ച്

(Act V, Scene 2)

സൈപ്രസ്സിലെ ഗവർണറുടെ കൊട്ടാരത്തിലെ മനോഹരമായ കിടപ്പുമുറി. അകത്ത് വെളിച്ചം കുറഞ്ഞ ഒരു വിളക്ക് കത്തുന്നുണ്ട്. നേർത്ത വെള്ളത്തുണി കൊണ്ടു വശങ്ങൾ മറച്ച കട്ടിലിൽ അതിസുന്ദരിയായ ഡെസ്ഡമോണ നിദ്ര കൊള്ളുന്നു. എല്ലാം ആലോചിച്ചുറച്ച് താൻ തീരുമാനിച്ചത് ചെയ്യാൻ ദൃഢനിശ്ചയത്തോടെ കടന്നുവരികയാണ് ഒഥെല്ലോ.

നേരിയ പ്രകാശത്തിൽ നേർത്ത കർട്ടനിലൂടെ ദൃശ്യമാകുന്ന അഭൗമ സൗന്ദര്യംകണ്ട് അയാൾ ഒരുനിമിഷം നിശ്ചലനായി. ഇതിനെ നശിപ്പിക്കണോ? തള്ളിത്തള്ളി വരുന്ന വിചാരങ്ങൾ കാവ്യാത്മകമായ ഭാഷയിൽ ഹൃദയസ്പൃക്കായി പുറത്തേക്കൊഴുകുന്നു.

(It is the Cause, it is the Cause)

അതാണു കാരണം, അതാണു കാരണം
അറിയുന്നെന്നാത്മാവതാണു കാരണം
പവിത്രതാരകൾ ക്ഷമിക്കണം, വീണ്ടും
ഉരച്ചിടുന്നു ഞാൻ, അതാണു കാരണം
ചൊരിയുകില്ല ഞാൻ, ചൊരിയുകില്ല ഞാൻ
ഒരു കണം പോലും അവളുടെ നിണം
ഹിമധവളമാം മൃദുലമേനിയിൽ
മുറിവുകൊണ്ടൊരു വിടവിടില്ല ഞാൻ
മരിക്കണം പക്ഷെ മരിക്കണമവൾ
ഒരുത്തനേയിനി ചതിക്കരുതവൾ
അണക്കദീപം, പിന്നണക്കദീപം
അതിന്റെ നേരമിങ്ങണഞ്ഞിടുന്നല്ലോ.
കെടുത്തിയ ദീപം കൊളുത്തിടാം പക്ഷെ
കെടുത്തുമിദ്ദീപം ജ്വലിക്കയില്ലിനി
ഉയിരതിനേകാൻ കഴിയില്ല, മന-

മുഴറി മാപ്പു ഞാൻ കൊടുത്തുപോകിലും!
പറിച്ചെടുത്ത റോസ്മലരിനുണ്ടാവും
വിളർച്ച, ഉന്മേഷം നശിച്ചുപോയിടും
ചെടിയിൽ വെച്ചുഞാൻ നുകർന്നിടാമതിൻ
ദലസുരഭിലമധുരമാം മധു!

(ഡെസ്ഡമോണയെ ചുംബിക്കുന്നു.)

ഉറങ്ങും, നീതി തന്നുടവാളുപോലും
പരിമളമിതുശ്വസിച്ചുപോവുകിൽ!
ഒരിക്കലൂടെയങ്ങൊരിക്കലൂടെയാ-
ത്തികഞ്ഞലാവണ്യം മുകർന്നിടട്ടെ ഞാൻ!
ഇവളെക്കൊല്ലും പിന്നിവളെ സ്നേഹിക്കും
വിചിത്രമെങ്കിലും പവിത്രമാണത്
ഒരുങ്ങി എന്മനം, തരുന്നു ഞാനിതാ
ഒടുവിലായൊരുവിധുരചുംബനം!
മധുരലാവണ്യത്തികവെഴുന്നതു
മരണഹേതുവായ്ഭവിക്കരുതിനി!
നിനക്കിൽ ക്രൂരമെന്നിരിക്കിലും മിഴി
നിറഞ്ഞിടുന്നുഞാൻ കരഞ്ഞുപോകുന്നു
വധിക്കുന്നേരവുംവരിക്കുമിസ്നേഹം
വിധിപ്രചോദിതം പവിത്രയോദിതം!

ഡെസ്ഡമോണ ഉണരുന്നു.

ആരാ അത്? ഒഥെല്ലോയാണോ?

ഒഥെല്ലോ : അതെ, ഡെസ്ഡമോണ

ഡെസ്ഡമോണ : പ്രഭോ അങ്ങു കിടക്കുന്നില്ലേ?

ഒഥെല്ലോ : നീ രാത്രിയിൽ പ്രാർത്ഥിച്ചോ?

ഡെസ്ഡമോണ : പ്രാർത്ഥിച്ചു.

ഒഥെല്ലോ : ഈശ്വരവിരുദ്ധമായി എന്തെങ്കിലും ചെയ്തിട്ടുണ്ടെങ്കിൽ അതിനുമാപ്പ് അപേക്ഷിക്കൂ.

ഡെസ്ഡമോണ : മനസ്സിലായില്ല. അങ്ങെന്താണുദ്ദേശിക്കുന്നത്?

ഒഥെല്ലോ : പ്രാർത്ഥിക്കൂ. ചുരുങ്ങിയവാക്കുകളിൽ മതി. ഞാനൊന്നു നടന്നിട്ടു വരാം. പോകാൻ ഇഷ്ടമില്ലാത്തതിന്റെ പ്രാണനെ കൊല്ലുകയില്ല ഞാൻ. ദൈവം അതിനിടയാക്കാതിരിക്കട്ടെ.

ഡെസ്ഡമോണ : അങ്ങു കൊല്ലുന്ന കാര്യമാണോ പറയുന്നത്?

ഒഥെല്ലോ : അതെ.

ഡെസ്ഡമോണ : ഈശ്വരന് എന്നോടു ദയവുണ്ടാകട്ടെ.

ഒഥെല്ലോ : ഞാനുമങ്ങനെ ഹൃദയംഗമായി ആഗ്രഹിക്കുന്നു.

ഡെസ്ഡമോണ : അങ്ങനെ പറയുന്നതുകൊണ്ട് അങ്ങെന്നെ കൊല്ലുകയില്ലെന്നു ഞാൻ കരുതുന്നു.

ഒഥെല്ലോ : ഹും.

ഡെസ്ഡമോണ : എന്നാലും ഞാൻ അങ്ങയെ ഭയക്കുന്നു. ആ കണ്ണുകൾ ഇങ്ങനെ ചലിച്ചുകൊണ്ടിരിക്കുന്നത് ദുസ്സൂചനയാണ്. ഞാൻ എന്തിനു ഭയപ്പെടുന്നുവെന്ന് എനിക്കു നിശ്ചയമില്ല. കാരണം ഞാൻ തെറ്റു ചെയ്തിട്ടില്ലെന്നതുതന്നെ. എന്നാലും എനിക്കു ഭയം തോന്നുന്നു.

ഒഥെല്ലോ : നിന്റെ പാപത്തെക്കുറിച്ചു നീ വിചാരിക്കൂ.

ഡെസ്ഡമോണ : അത് അങ്ങയോടുള്ള സ്നേഹമാകുന്നു.

ഒഥെല്ലോ : അതിനായി നീ മരിക്കണം.

ഡെസ്ഡമോണ : പ്രേമിക്കുന്നതിനു കൊല്ലുകയോ? ആ മരണം പ്രകൃതിക്കുനിരക്കാത്തതാകുന്നു. എന്തിനാണങ്ങ് കീഴ്ച്ചുണ്ട് കടിക്കുന്നത്? ഏതോ ഉഗ്രമായ കോപം അങ്ങയെ ഉലക്കുന്നു. അങ്ങ് വിറയ്ക്കുന്നുണ്ട്. ഭയങ്കരമായ എന്തോ ചെയ്യാൻ പോകുന്നതിന്റെ മുന്നറിയിപ്പാണത്. എങ്കിലും ഞാൻ പ്രതീക്ഷിക്കുന്നു, ന്യായമായും പ്രതീക്ഷിക്കുന്നു. ആ കോപം എന്റെ നേർക്കുള്ളതല്ല.

ഒഥെല്ലോ : മിണ്ടരുത്

ഡെസ്ഡമോണ : ശരി, എന്താ കാരണം?

ഒഥെല്ലോ : ഞാൻ നിനക്കുതന്ന, ഞാനേറ്റവും ഇഷ്ടപ്പെട്ട കൈലേസ് നീ കാസ്സിയോക്കു കൊടുത്തില്ലേ?

ഡെസ്ഡമോണ : ഇല്ല, ഒരിക്കലുമില്ല. അങ്ങ് അയാളെ വിളിച്ചു ചോദിക്കൂ.

ഒഥെല്ലോ : എന്റെ പ്രിയേ, നീ എന്തിനു കള്ള സത്യം ചെയ്യുന്നു? നിന്റെ മരണശയ്യയിലാണു നീയിപ്പോൾ.

ഡെസ്ഡമോണ : എനിക്കു മരിക്കാറായിട്ടില്ല.

ഒഥെല്ലോ : ഇപ്പോൾ ആയിരിക്കുന്നു. അതിനാൽ നിന്റെ പാപം നീ ഏറ്റുപറയുക. ഒന്നും ചെയ്തിട്ടില്ലെന്ന കള്ളസത്യം എന്റെ ദൃഢമായ വിശ്വാസങ്ങളെ മാറ്റുന്നില്ല. നീ മരിക്കണം.

ഡെസ്ഡമോണ : ദൈവമേ എന്നെ രക്ഷിക്കണേ .

ഒഥെല്ലോ : ഞാനും അതു പറയുന്നു.

ഡെസ്ഡമോണ : അങ്ങേക്ക് എന്നോടു ദയയില്ലേ? ഞാൻ ഒരിക്കലും

അങ്ങയെ എതിർത്തിട്ടില്ലല്ലോ. ഒരിക്കലും കാസ്സിയോയെ സ്നേഹിച്ചി ട്ടില്ല. ദൈവം സാക്ഷിയായി പറയുന്നു, ഞാനതു ചെയ്തിട്ടില്ല. ഒരു സ്നേഹസമ്മാനവും അയാൾക്കു കൊടുത്തിട്ടില്ല.

ഒഥെല്ലോ : ദൈവം സാക്ഷിയായി ഞാൻ പറയുന്നു, ഞാൻ അയാളുടെ കൈയിൽ എന്റെ കൈലേസുകണ്ടു. കപടനാട്യക്കാരി, നീയെന്റെ മന സ്സമാധാനം തകർത്തു. എന്നെ അതു ചെയ്യാൻ നിർബന്ധിതനാക്കി. ഇതു കൊലയല്ല, ബലിദാനമാണ്. ഞാൻ ആ കൈലേസ് എന്റെ കണ്ണു കൾകൊണ്ടു കണ്ടു.

ഡെസ്ഡമോണ : അയാൾ അതു കട്ടെടുത്തതാവാം. ഞാൻ ഒരി ക്കലും അയാൾക്കു നൽകിയിട്ടില്ല. അയാളെ ഇങ്ങോട്ടു വിളിക്കൂ. അയാൾ സത്യം പറയട്ടെ.

ഒഥെല്ലോ : അയാൾ കുറ്റം സമ്മതിച്ചിരിക്കുന്നു.

ഡെസ്ഡമോണ : അങ്ങെന്താണിപ്പറയുന്നത്?

ഒഥെല്ലോ : അയാൾ നിന്നെ ഉപയോഗിച്ചുവെന്ന്.

ഡെസ്ഡമോണ : എങ്ങനെ ? നിയമവിരുദ്ധമായോ?

ഒഥെല്ലോ : അതെ.

ഡെസ്ഡമോണ : അയാൾ അങ്ങനെ പറയില്ല.

ഒഥെല്ലോ : ഇനി ഇല്ല. അവന്റെ വായടച്ചു കഴിഞ്ഞിരിക്കുന്നു. സത്യ സന്ധനായ ഇയാഗോ അവനെ വകവരുത്തിയിരിക്കുന്നു.

ഡെസ്ഡമോണ : എന്റെ ഭയം വർദ്ധിക്കുന്നു. അയാൾ മരിച്ചുകഴി ഞ്ഞോ?

ഒഥെല്ലോ : അവന്റെ മുടിനാരുകളെല്ലാം ഓരോ ജീവികളായിരുന്നെ ങ്കിൽ അതിനെയെല്ലാം കൊന്നുതിന്നുമായിരുന്നു ഞാൻ. അത്രക്കു പ്രതി കാരമുണ്ടെനിക്ക്.

ഡെസ്ഡമോണ : അയാൾ ചതിക്കപ്പെട്ടിരിക്കുന്നു. എന്റെ കഥ തീർന്നു.

ഒഥെല്ലോ : നിർത്തെടീ വേശ്യേ. എന്റെ മുമ്പിൽ വെച്ച് അവനുവേണ്ടി കണ്ണീർ വാർക്കുന്നോ?

ഡെസ്ഡമോണ : എന്നെ നാടുകടത്തിയേക്കൂ. കൊല്ലരുത്.

ഒഥെല്ലോ : കിടക്കെടീ അവിടെ.

ഡെസ്ഡമോണ : നാളെ കൊന്നോളൂ. ഈ രാത്രി എന്നെ ജീവിക്കാ നനുവദിക്കൂ.

ഒഥെല്ലോ : ഇല്ല, നീ ജീവിക്കാൻ പാടില്ല.

ഡെസ്ഡമോണ : അരമണിക്കൂറെങ്കിലും

ഒഥെല്ലോ : ഒരു കാര്യം ചെയ്യാനൊരുങ്ങുമ്പോൾ താമസം പാടില്ല.

ഡെസ്ഡമോണ : ഒന്നു പ്രാർത്ഥിച്ചോട്ടെ.

ഒഥെല്ലോ : വളരെ താമസിച്ചുപോയി.

തന്റെ സകലക്രൂരതകളും കൈയിലെടുത്തുകൊണ്ട് ഒഥെല്ലോ അവളുടെ കഴുത്തിൽ ഞെക്കിപ്പിടിക്കുന്നു. അവളുടെ ശബ്ദം നിന്നു, അവൾ ശ്വാസം കിട്ടാതെ പിടഞ്ഞു.

പരിഭ്രാന്തിയാൽ സമനില നഷ്ടപ്പെട്ട ഒഥെല്ലോ പുറത്തുനിന്നു വാതിൽ തുറക്കാനാവശ്യപ്പെടുന്ന എമിലിയയുടെ ശബ്ദം തിരിച്ചറിഞ്ഞില്ല. കേൾക്കുന്നതു സ്ത്രീശബ്ദമായതിനാൽ അത് ഡെസ്ഡമോണയുടെ ശബ്ദമാണോ എന്നയാൾ സംശയിച്ചു. അവൾ മരിച്ചിട്ടില്ലെങ്കിൽ അവളുടെ മരണവേദന ഉടനെ അവസാനിപ്പിക്കണം.

അയാൾ ഉടനെ എമിലിയയുടെ ശബ്ദം തിരിച്ചറിഞ്ഞു. വാതിൽ തുറക്കൂ. എനിക്കൊരു വാർത്ത അറിയിക്കാനുണ്ട്. അവൾ വിളിച്ചുപറഞ്ഞു. അവൾ പറയാൻ പോകുന്നത് കാസ്സിയോയുടെ മരണവാർത്തയായിരിക്കുമെന്ന് അയാൾ ഊഹിച്ചു. കതകുതുറക്കണോ? തുറന്നാൽ അവൾ അകത്തുവരും. ഡെസ്ഡമോണ മരിച്ചിട്ടില്ലെങ്കിൽ അവളോടു സംസാരിക്കും. തന്റെ ഭാര്യ അവളോടെന്തായിരിക്കും പറയുക? എന്തുഭാര്യ? തനിക്കിപ്പോൾ ഭാര്യയില്ല. എല്ലാം കഴിഞ്ഞു. സമയം ഭാരിച്ചതായിരിക്കുന്നു. സൂര്യന്റെയും ചന്ദ്രന്റെയും ഗ്രഹണങ്ങൾ ഒന്നിച്ചു സംഭവിച്ചതുപോലെസ്തംഭിച്ചിരിക്കുകയാണു ഭൂമി.

കട്ടിലിനെ പൊതിയുന്ന കർട്ടൻ താൻ നീക്കിയതു നേരെയാക്കിയതിനുശേഷം ഒഥെല്ലോ പോയി കതകുതുറന്നു. അകത്തുവന്ന എമിലിയ തെരുവിൽ കലഹവും കൊലപാതകവും നടക്കുന്നെന്നു പരിഭ്രമത്തോടെ പറഞ്ഞു. ഒഥെല്ലോ ഉടനെ അതിന്റെ കാരണം കണ്ടുപിടിച്ചു. ചന്ദ്രൻ ഭൂമിയോടു കൂടുതൽ അടുത്തുവന്നതിനാൽ മനുഷ്യർക്കു ഭ്രാന്തു പിടിച്ചിരിക്കുന്നു.

എമിലിയ കൊണ്ടുവന്ന വാർത്ത ഒഥെല്ലോ പ്രതീക്ഷിച്ചതായിരുന്നില്ല. കാസ്സിയോ റോഡറിഗോ എന്ന ഒരു വെനീസുകാരനെ കൊന്നിരിക്കുന്നു. കാസ്സിയോ മരിച്ചിട്ടില്ല, മുറിവേറ്റിട്ടേ ഉള്ളൂ.

അതുപറയുമ്പോൾ എമിലിയ ഡെസ്ഡമോണയുടെ ശബ്ദം കേട്ടു. “സഹായിക്കൂ, ഞാൻ മരിക്കുകയാണ്.” അവൾ ഓടി അരികിലെത്തി. എന്തു സംഭവിച്ചു എന്റെ ദേവിക്ക് ? മരിക്കുകയോ, എങ്ങനെ?

താൻ സ്വയം തന്റെ ജീവനൊടുക്കുകയാണെന്നും ദയാലുവായ ഭർത്താവിനെ തന്റെ സ്നേഹമറിയിക്കണമെന്നും അഭ്യർത്ഥിച്ചു

ഡെസ്ഡമോണ മരിക്കുന്നു.

അന്തിച്ചുനിൽക്കുന്ന എമിലിയായോട് തന്റെ ഭാര്യ പറഞ്ഞതു കള വാണെന്നും താനാണ് അവളെ കൊന്നതെന്നും ഒഥെല്ലോ അറിയിച്ചു. അവൾ വഞ്ചകിയും വേശ്യയുമായിരുന്നു. ദുഃഖവും രോഷവും നിറഞ്ഞ എമിലിയ പൊട്ടിത്തെറിച്ചു : " അവൾ ഒരു മാലാഖയാണ്."

"നീയൊരു കറുത്ത പിശാചും." ഡെസ്ഡമോണയും കാസ്സിയോയു മായുള്ള അവിഹിതബന്ധത്തെക്കുറിച്ചു തനിക്കറിവുതന്നത് ഇയാഗോ യാണെന്നു ഒഥെല്ലോ പറഞ്ഞപ്പോൾ വിശ്വസിക്കാനാവാതെ അവൾ വീണ്ടും വീണ്ടും ചോദിക്കുന്നു. "എന്റെ ഭർത്താവോ?" അതെ, അയാൾ തന്നെയെന്നു ഉറപ്പായി പറയുന്നു ഒഥെല്ലോ. എങ്കിൽ അയാൾ നരക ത്തിൽ പോകും. ഒഥെല്ലോ അവളോടു ഭീഷണിയുടെ സ്വരത്തിൽ സംസാ രിക്കുമ്പോൾ അവൾ ഒരുകൂസലുമില്ലാതെ സധൈര്യം അയാളെ നേരി ടുന്നു.

എമലിയ കൊല, കൊല എന്നലറി വിളിച്ചു മൂർ എന്റെ പ്രഭ്വിയെ കൊന്നിരിക്കുന്നു. ഓടി വരുവിൻ.

നിലവിളി കേട്ടു മുൻഗവർണറായ മൊണ്ടാനോയും ഡെസ്ഡമോ ണയുടെ ബന്ധു ഗ്രേഷിയമാനോയും ഇയാഗോയും കടന്നു വരുന്നു. പരിചാരകരുണ്ട് കൂടെ.

മൊണ്ടാനോ : എന്താ കാര്യം? എന്തു സംഭവിച്ചു ജനറൽ?

എമിലിയ : ഇയാഗോ താൻ വന്നോ? നന്നായി. മനുഷ്യർ കൊലപാ തകങ്ങളെല്ലാം നിങ്ങളുടെ തലയിലാണ് ഇടുന്നത്.

ഗ്രേഷിയാനോ : എന്താ കാര്യം ?

എമിലിയ : ഈ ദുഷ്ടനായ മനുഷ്യൻ പറയുന്നു അയാളുടെ ഭാര്യ വേശ്യയാണെന്ന് താൻ പറഞ്ഞെന്ന്. താൻ അങ്ങനെയൊരു ദുഷ്ടന ല്ലെന്നു ഞാൻ പറഞ്ഞു. അല്ലെന്ന് ഉറപ്പാക്ക്.

ഇയാഗോ : ഞാൻ വിചാരിക്കുന്നതെന്താണെന്നു ഞാൻ അയാളോടു പറഞ്ഞു. ഞാൻ പറഞ്ഞതു ശരിയാണെന്ന് അയാൾക്കു ബോദ്ധ്യപ്പെടു കയും ചെയ്തു.

എമിലിയ : അവൾ വിശ്വസ്തയല്ലെന്നു താൻ പറഞ്ഞോ?

ഇയാഗോ : പറഞ്ഞു.

എമിലിയ : താൻ പറഞ്ഞതു കള്ളമാണ്. പച്ചക്കള്ളം. ഞാൻ സത്യം ചെയ്തു പറയുന്നു, അതു തനിക്കള്ളമാണെന്ന്. അവൾ കാസ്സിയോയു മായി അവിഹിതം ചെയ്തെന്നു താൻ പറഞ്ഞോ?

ഇയാഗോ : പറഞ്ഞു. നീ നാവടക്ക്, അകത്തുപോ.

എമിലിയ : ഞാൻ നാവടക്കില്ല. ഞാൻ സത്യം പറയും. ഇതാ എന്റെ ദേവിയെ ഇവിടെ കൊന്നിട്ടിരിക്കുന്നു.

അതുകേട്ടപ്പോൾ വന്നവരെയെല്ലാം വിസ്മയഭരിതരായി, ദുഃഖിതരും.

എമിലിയ : എന്റെ ഭർത്താവായ ഇയാൾ പറഞ്ഞതുകേട്ടാണത്രേ കൊന്നത്.

ഒഥെല്ലോ : മിഴിച്ചു നോക്കേണ്ടാ, മാന്യന്മാരെ. അവൾ പറഞ്ഞതു ശരിയാണ്.

ഗ്രാഷിയാനോ : അതുഭയങ്കരമാണല്ലോ

മൊണ്ടാനോ : അതിക്രൂരം

എമിലിയായെ അവിടെ നിന്നോടിക്കാൻ ഇയാഗോ പരാജയപ്പെട്ടു. അവളുടെ വെളിപ്പെടുത്തൽ കേട്ട് ഒഥെല്ലോ കിടക്കയിലേക്കു തളർന്നു വീണു.

അയാൾ അങ്ങനെ കിടന്നലറാൻ കാരണം ഏറ്റവും മനോഹരിയായ നിരപരാധിയെയാണ് അയാൾ കൊന്നിരിക്കുന്നതെന്ന് എമിലിയ പറഞ്ഞ തിനാലാണ്.

ഡെസ്ഡമോണ പിഴച്ചവളെന്നു ധരിച്ചതുകൊണ്ടാണ് താൻ അവളെ കൊന്നതെന്ന് ഒഥെല്ലോ ഗ്രാഷിയാനോയോട് സമ്മതിക്കുന്നു.

ഗ്രാഷിയാനോ : പാവം ഡെസ്ഡമോണാ, നിന്റെ അച്ഛൻ മരിച്ചതു നന്നായി. അല്ലെങ്കിൽ ഈ വലിയ ദുഃഖം അദ്ദേഹത്തെ തളർത്തുമായി രുന്നു.

ഡെസ്ഡമോണയെ കാസ്സിയോ ഒരായിരം വട്ടം അനുഭവിച്ചിട്ടു ണ്ടെന്നും താൻ അവൾക്കു കൊടുത്ത കൈലേസ് അവൾ അയാൾക്കു കൊടുത്തെന്നും താൻ അത് അയാളുടെ കൈയിൽ കണ്ടെന്നും ഒഥെല്ലോ ഗ്രാഷിയാനോടു പറയുന്നു. അതുകേട്ട എമിലിയ അതിന്റെ സത്യം വെളി പ്പെടുത്തുന്നു. അതുകേട്ടു ക്രുദ്ധനായ ഒഥെല്ലോ ഇയാഗോയുടെ നേരെ പാഞ്ഞടുക്കുന്നെങ്കിലും മറ്റുള്ളവർ തടഞ്ഞതിനാൽ ഒന്നും ചെയ്യാൻ കഴി ഞ്ഞില്ല. പിന്നിലൂടെ ചെന്ന് എമിലിയയെ കുത്തിയിട്ട് ഇയാഗോ ഓടിമറ യുന്നു. മൊന്റാനയും സഹായികളും ഒഥെല്ലോയുടെ വാൾ പിടിച്ചുവാങ്ങി അയാളെ നിരായുധനാക്കി വീട്ടുതടവിലാക്കി.

താൻ സത്യസന്ധനായിട്ടും ഇങ്ങനെ സംഭവിച്ചതിൽ പശ്ചാത്തപി ക്കുന്നു ഒഥെല്ലോ. മാരകമായി മുറിവേറ്റ എമിലിയ തന്റെ അന്ത്യാഭി ലാഷം പറയുന്നു. തന്റെ പ്രഭ്വിയുടെ അരികിൽക്കിടന്നു മരിക്കണം. മരി ക്കുന്നതിനുമുമ്പ് എമിലിയ വില്ലോ ഗാനം പാടുന്നു. അവൾ മരിച്ചതു കണ്ട് തീരെ പരവശനായ ഒഥല്ലോ തന്നെ പുറത്തേക്കുവിടാൻ കാവൽ

നിൽക്കുന്ന ഗ്രാഷിയാനോയോട് അഭ്യർത്ഥിക്കുന്നുവെങ്കിലും നിരസിക്കപ്പെടുന്നു. ഒഥെല്ലോ അപ്പോൾ മറ്റൊരു കാര്യം വെളിപ്പെടുത്തി. മുറിക്കുള്ളിൽ മറ്റൊരായുധം താൻ ഒളിപ്പിച്ചുവെച്ചിട്ടുണ്ട്. ആ വാൾ സ്പെയിനിൽ നിർമ്മിച്ചതും ഉരുക്കിയ മഞ്ഞിലിട്ടു ബലപ്പെടുത്തിയതുമാണ്.

ഇയാഗോയെ തടവുകാരനാക്കിക്കൊണ്ടും മുറിവേറ്റ കാസ്സിയോയെ ഒരു കസേരയിലെടുത്തുകൊണ്ടും പുതിയ ചുമതലക്കാരായ ലോഡോവികോയും മൊന്റാനയും അനുചരരും അവിടെ വരുന്നു. ഒഥെല്ലോ ഇയാഗോയെ കുത്തിമുറിവേൽപ്പിച്ചെങ്കിലും കൊന്നില്ല. അയാളെ നിയമം ശിക്ഷിച്ചുകൊള്ളും.

മരിച്ച റോഡറിഗോയുടെ പോക്കറ്റിൽ നിന്ന് രണ്ട് കത്തുകൾ കിട്ടിയതായും അതിലൊന്നിൽ ഇയാഗോ ചെയ്ത ചതിയുടെ വിവരങ്ങളുണ്ടെന്നും വെളിപ്പെടുത്തപ്പെട്ടു. ആ കൈലേസ് എങ്ങനെ നിന്റെ കൈവശം വന്നുവെന്ന ഒഥെല്ലോയുടെ ചോദ്യത്തിന് അതിന്റെ സത്യം കാസ്സിയോ വെളിപ്പെടുത്തി.

ഒഥെല്ലോയുടെ സ്ഥാനവും പദവിയും നഷ്ടപ്പെട്ടിരിക്കുന്നുവെന്നും അയാൾ ഇപ്പോൾ തങ്ങളുടെ തടവുകാരനാണെന്നും അതിനാൽ തങ്ങളോടൊപ്പം വരണമെന്നും ലോഡോവികോ ആവശ്യപ്പെട്ടു. കാസ്സിയോ ഇന്നുമുതൽ സൈപ്രസ് ഭരിക്കും. ദുഷ്ടൻ ഇയാഗോക്ക് അയാളർഹിക്കുന്ന ശിക്ഷ ഭരണാധികാരികൾ നൽകിക്കൊള്ളും.

എല്ലാം കേട്ടശേഷം ഒഥെല്ലോ ഒരു അഭ്യർത്ഥന നടത്തി. വെനീസിലേ സർക്കാരിലേക്കു റിപ്പോർട്ട് സമർപ്പിക്കുമ്പോൾ താൻ രാജ്യത്തിനു ചെയ്ത സേവനങ്ങളെക്കുറിച്ച് സത്യസന്ധമായി എഴുതണം. ബോധപൂർവമായ ദുഷ്പ്രചരണം മൂലം വഴിതെറ്റി അപരാധം ചെയ്തവനാണു താൻ.

"മറ്റൊരു കാര്യം കൂടി അറിയുക." ഒഥെല്ലോ പറഞ്ഞു. "ഒരിക്കൽ ആലെപ്പോയിൽ വെച്ച് ഒരു വെനീസുകാരനെ ഒരു തൊപ്പിക്കാരൻ തുർക്കി അടിക്കുകയും ആക്ഷേപിക്കുകയും ചെയ്തപ്പോൾ ശുന്നത്തു ചെയ്ത ആ തെമ്മാടിയുടെ കഴുത്തിനു പിടിച്ചു ഞാൻ ഇങ്ങനെയാണ് ചെയ്തത്..."

അത്രയും പറഞ്ഞു തന്റെ കയ്യിലിരുന്ന ചെറിയ വാൾ ഒഥെല്ലോ തന്റെ നെഞ്ചിൽ കുത്തിയിറക്കുന്നു. തനിക്കിനി എങ്ങും പോകാനില്ലെന്നും തന്റെ യാത്ര അവസാനിച്ചുവെന്നും താൻ തന്റെ വിധിക്കു കീഴടങ്ങുന്നുവെന്നും അയാൾ നേരത്തെ പറഞ്ഞത് ഇപ്പോൾ സത്യമായിത്തീർന്നു.

മരിക്കുന്നതിനുമുമ്പ് ഒഥെല്ലോ ഡെസ്ഡമോണയെ നോക്കിപ്പറഞ്ഞു.

“കൊല്ലുന്നതിനുമുമ്പ് നിന്നെ ചുംബിച്ചു ഞാൻ. ആ ചുംബനത്തിൽ മരിക്കാൻ എന്നെ കൊല്ലുകയല്ലാതെ മറ്റൊരു വഴിയില്ല.”

ഡെസ്ഡമോണയുടെ അരികിൽത്തന്നെ ഒഥെല്ലോ മരിച്ചുവീണു. ഇങ്ങനെ സംഭവിക്കുമെന്നു താൻ ഭയന്നിരുന്നതാണെന്നും അദ്ദേഹം നിരായുധനായതുകൊണ്ട് ആശ്വസിക്കയായിരുന്നെന്നും കാസ്സിയോ പറഞ്ഞു. കൈയിൽ ആയുധമുള്ള കാര്യം അറിഞ്ഞുകൂടായിരുന്നു. ഒരു വലിയ ഹൃദയത്തിന്റെ ഉടമയായിരുന്നു അദ്ദേഹം.

“നോക്കെടാ നായേ, ആ കിടക്കയിലേക്കു നോക്ക്, നിന്റെ പ്രവൃത്തിയുടെ ഫലം നീ കാണുന്നുണ്ടോ?” ലോഡോവികോ ഇയാഗോയോടു ചോദിച്ചു. അവന് അർഹിക്കുന്ന ശിക്ഷ നൽകാൻ പുതിയ ഗവർണർ കാസ്സിയോയോട് അദ്ദേഹം ആവശ്യപ്പെടുന്നു.

അദ്ദേഹം പോവുകയാണ്. ഹൃദയഭേദകമായ ഈ സംഭവങ്ങളെല്ലാം വെനീസിലെ അധികാരികളെ അറിയിക്കാൻ യാത്രയാവുന്നു.